హాస్యవల్లరి

అంతులేని నవ్వుల ఝరి

కస్తూరి విజయం
VICTORY OF KASTURI

కొత్తపల్లి రవికుమార్

ALL RIGHTS RESERVED

in any form by any means may it be electronically, mechanical, optical, chemical, manual, photo copying, recording without prior written consent to the Publisher/ Author.

HasyaVallari

Antuleni Navvula Jhari

Author: Kothapalli Ravi Kumar

ISBN (Paperback): 978-81-961687-8-0
ISBN (E-Book): 978-81-961687-9-7

Print On Demand

Copy Right: Kasturi Vijayam

Ph:0091-9515054998
Email: Kasturivijayam@gmail.com

Book Available
@
Amazon, flipkart, Google Play, ebooks, Rakuten and KOBO

శ్రీ కొత్తపల్లి గోపాలకృష్ణా రావు గారు
శ్రీమతి కొత్తపల్లి శారదా దేవి గారు

నా ఈ సాహితీ పయనంలో, నా ఈ విజయాలలో ఒడిదుడుకులు ఎదురైనా, అవరోధాలు తలెత్తినా నన్ను వెన్ను దట్టి ప్రోత్సహిస్తున్న నా తల్లిదండ్రులు శ్రీ కొత్తపల్లి గోపాలకృష్ణా రావు మరియు శ్రీమతి కొత్తపల్లి శారదా దేవి గార్లకు నా ఈ

"హాస్య వల్లరి"

అంకితం.

ఇది మాత్రం హాస్యం కాదు సుమా...!

మనిషి పలికే అన్ని రసాలలోకి హాస్యరసం అత్యంత ప్రధాన మైనది, ఉత్తమమైనది. ఎందుకంటే మనుషుల్ని, జంతువుల్ని వేరుగా చూపబడేది ఈ హాస్యరసమే! జంతువులన్నీ మనుషుల్లాగా అన్ని రసాలను పలికించగలవేమో గానీ హాస్యాన్ని మాత్రం పండించలేవు. హాస్యాన్ని మనస్ఫూర్తిగా ఆస్వాదించడం, దానికనుగుణంగా కడుపారా నవ్వుకోవడం ఒక్క మానవునికే చెల్లింది. నవ రసాలలో మనకు ఆరోగ్యాన్నిచ్చేది మాత్రం హాస్యరసమే.

అలాంటి హాస్యం (నవ్వు) మన జీవితంలో కీలకపాత్ర పోషిస్తుందని వైద్యులు, మానసిక నిపుణులు తరచుగా చెబుతూనే ఉంటారు. చేసే పనిలో ఒత్తిడిని అధిగమించడానికైనా, సంసారంలో చోటు చేసుకునే ఈతి బాధలను తట్టుకోవడానికైనా, మానసిక, శారీరిక వ్యాధులను మాన్పటానికైనా ఒకే ఒక్క నివారిణి ఈ హాస్యరసం. హాస్యాన్ని ఆస్వాదిస్తూ బాధలను బంద్ చేసేయచ్చనడంలో ఏమాత్రం అతిశయోక్తి లేదు.

నవ్వితే నవరత్నాలు రాలతాయో లేదో కానీ.. నవ్వితే శరీరంలోని 108 కండరాలు ఉత్తేజితమై శక్తి వస్తుంది. నవ్వితే ముఖంలో కండరాలు ప్రత్యేకమైన బ్రెయిన్ న్యూరో ట్రాన్స్‌మీటర్లను ఉపయోగించుకుంటాయి. చాలామంది నిపుణులు చెప్పేదేంటంటే, నవ్వుతో రోగ నిరోధక శక్తిని కూడా పెంచుకోవచ్చునని. మనస్ఫూర్తిగా నవ్వడం వలన సంతోష పూరిత హీలింగ్ హార్మోన్లు విడుదల అవుతాయి. అందుకే నవ్వడం వల్ల నిత్య యవ్వనంగా కనిపిస్తారు. గట్టిగా నవ్వడం వల్ల మన శరీరానికి ఆక్సిజన్ బాగా అందుతుంది. దీనివల్ల గుండె సంబంధిత రోగాలు దరిచేరవు. అందుకే ఇప్పుడు చాలా చోట్ల లాఫింగ్ క్లబ్ లు విరివిగా వెలుస్తున్నాయి. డిప్రెషన్‌లో ఉన్నవాళ్లకు లాఫింగ్ థెరపీ ట్రీట్‌మెంట్ చేయగా 70 శాతం వరకు సత్ఫలితాలు ఇచ్చాయని ప్రముఖ వైద్యుల రిపోర్ట్. అందుకే బాధలన్నీ పక్కన పెట్టేసి హాయిగా నవ్వేద్దాం!

"నవ్వడం ఒక భోగం, నవ్వించడం ఒక యోగం, నవ్వకపోవడం ఒక రోగం" అని హాస్యబ్రహ్మ జంధ్యాల గారు ఏనాడన్నారో గానీ అది అక్షర సత్యం. నవ్వడానికైనా, నవ్వించడానికైనా పెట్టి పుట్టాలి. అలాగని నవ్వించడం అంత సులభమేమీ కాదు. హాస్యాన్ని పండిస్తూ అవతలి వాడిని ఆసాంతం నవ్వించగలగడం నిజంగా ఒక అపురూపమైన కళ.

సరైన హాస్యానికి కథా వస్తువు ఎక్కడినుండో రాదని నా భావన. ప్రతీరోజూ మనం చూసే మనుషులలోనో, చేసే చర్యలలోనో, దారి తీసే పరిస్థితుల లోనో ఎక్కడో ఒకచోట, ఏదో ఒక మూలన హాస్యం పుడుతూనే ఉంటుంది. దానిని మనం చాకచక్యంగా సంగ్రహించి, మంచి రూపంలో మలచుకోగలిగితే అద్భుతమైన హాస్యం పుడుతుంది.

అలాగని ఆ హాస్యం అపహాస్యం కాకుండా చూసుకోవాలి. అవతలి వాడి అవిటితనాన్ని హేళన చేస్తూనో, పక్కవాడి పనికిమాలినతనాన్ని హైలెట్ చేస్తూనో హాస్యం పండించడం అంత

ఆరోగ్యకరమైన హాస్యం అనిపించుకోదు. ఎవరు నొచ్చుకున్నా నేను మాత్రం ఒక్కటి చెప్పదలుచుకున్నాను. ఈరోజుల్లో ఎక్కువుగా ఇలాంటి హాస్యమే మనము ఎక్కువ చూస్తున్నాము. ఇంకా చెప్పాలంటే వినడానికి కూడా అసహ్యం వేసే వల్గర్ సంభాషణలనే హాస్యమని వ్రాస్తున్నారు, చూపిస్తున్నారు. ఇది నిజమైన హాస్యం కాదు.

అసలు సిసలైన హాస్యాన్ని పండించి మనల్ని కడుపుబ్బా నవ్వించే రచయితలు, కథకులు ఇప్పటికీ లేకపోలేదు. వారి వారి పదునైన, శాస్త్రీయమైన, ఆరోగ్యకరమైన హాస్యాన్ని పండిస్తూనే ఉన్నారు. మనల్ని నవ్విస్తూనే ఉన్నారు. వారిని స్ఫూర్తిగా తీసుకుని అసభ్య పదజాలాలు లేని స్వచ్ఛమైన హాస్యాన్ని అందించడానికి పూనుకున్నాను. ఆ హాస్యంతోనే ఈ "హాస్య వల్లరి" ని మీ ముందుకు తీసుకుని వస్తున్నాను. నా పరిధి మేరకు మంచి హాస్యాన్నే అందించానని నేను అనుకుంటున్నాను. ఇందులో హాస్య కథలతో పాటు నానో హాస్య కథలు కూడా అందించడం జరిగింది. మీరు నా ఈ "హాస్య వల్లరి" ని చదివి, మీరు మనసారా ఆనందించి, తద్వారా కలిగే మీ నవ్వుల ఆశీస్సులు నాకందిస్తారని ఆశిస్తూ......

మీ

కొత్తపల్లి రవి కుమార్

హాస్యవల్లరి

అ (అంకె)వతారం	1
ఆపరేషన్ (డి) అడ్డం తిరిగింది	6
అల్లుడు అదుర్స్	15
డేంజర్ ఫ్యూచర్	20
గత జన్మ గుర్తొస్తే	26
గాయత్రి వెడ్స్ విష్ణు	35
కంగు తిన్న కాంతారావు	38
చిట్టిబాబు ... ది గ్రేట్ ఫిలాసిఫర్	41
పాపం సత్తిబాబు	47
సర్కారు వారి పన్ను	54
అందం కేరాఫ్ ముకుందం	58
కాంతం వైఫ్ ఆఫ్ షణ్ముగం	61
కరోనా పాస్	66
కోడలు రాక్స్	70
మా అమ్మాయి...జాగ్రత్త	72
బాబోయ్ దెయ్యం	74
నేను పెళ్ళి చేసుకోను	76
ఆడాళ్లంతే!	77
ధైర్యం నూరిపోసింది	79
అసలు పెద్ద ఎవరు?	80

హాస్యవల్లరి

అ(అంకె)వతారం

రైల్వే స్టేషన్ కి బయలుదేరిన శేషావతారం కాళ్ళకి చెప్పులు వేసుకుంటూ వాచీకేసి చూసాడు. సరిగ్గా 3గం.10ని అయ్యింది. వెంటనే సోఫాలో కూర్చుండి పోయాడు.

వంటింట్లోంచి అప్పుడే హాల్లోకి వచ్చిన మంగతాయారు "అదేమిటండీ? స్టేషన్ కి ఆఘమేఘాల మీద బయలుదేరి మళ్ళీ సోఫాలో కూలబడిపోయారు. లేటయితే మీ బామ్మ రంకెలు వేస్తారు. చూసుకోండి." అని నెమ్మదిగా హెచ్చరించింది.

ఇంత చెప్తున్నా పాషాణంలా కూర్చున్న మొగుడి కేసి చూసింది మంగ. గోడ గడియారం కేసి తదేకంగా చూస్తున్న మొగుడ్ని చూసాక పరిస్థితి అర్ధమయ్యింది మంగకి. ఇంకో యాభై నిమిషాలు ఈయన పరిస్థితి ఇంతే అని మనసులోనే అనుకుంది మంగ, ఎక్కడ పైకి అంటే తన మీద యుద్ధం చేస్తాడేమోనని.

శేషావతారానికి గడియారంలో మూడవ అంకె చూస్తే చాలు మూడాఫ్ అయ్యిపోయి ఆ మూడో అంకె కనుమరుగయ్యేదాకా ఏ పని చెయ్యడు. చిన్నప్పుడు మూడవ తరగతిలో ఉండగా మూడో నెల మూడవ తారీఖున తను అమితంగా ఇష్టపడే అమ్మను దూరం చేసాడు ఆ దేవుడు. ఆ తర్వాత ఏడాది తిరగకుండానే తన తండ్రి వేరొక ఆవిడను తనకు అమ్మగా తీసుకుని వచ్చాడు. ఆ రోజు కూడా మూడవ తారీఖే. సవతి ప్రేమతో ఇమడలేక ఊళ్ళో ఉన్న తన బామ్మ దగ్గరకు వెళ్ళి పోయాడు.

ఇక అప్పటి నుండి బామ్మే అన్నీ తానై తనని కంటికి రెప్పలా పెంచింది. ఏదో చుట్టం చూపుగా అప్పుడప్పుడు తండ్రి దగ్గరకు వెళ్ళేవాడు గానీ బామ్మ దగ్గరే పెరిగి పెద్దవాడయ్యాడు. తను ఎంతో ఇష్టపడి, కష్టపడి ప్రిపేర్ అయ్యిన ఐఐటీ లో మూడు వేల ర్యాంకు రావడంతో తను అనుకున్న బ్రాంచ్ లో జాయిన్ అవ్వలేక పోయాడు. ఇక అప్పటి నుండి మన శేషావతరానికి మూడో అంకె మీద ఎక్కడ లేని చిరాకుతో కూడిన భయం వచ్చేసి క్యాలెండర్ లో గానీ, గడియారంలో గానీ మూడవ అంకెను చూస్తే రోజూ చేసే పనులు తప్ప ముఖ్యమైన పనులను ఆపేసి కూర్చుంటాడు.

తన ఐఐటీ చదువు అయిపోయిన తర్వాత చక్కని జీతంతో మంచి ఉద్యోగం వచ్చినా తన మనసు అంగీకరించక ఆ ఊళ్ళోనే ఉండిపోయాడు. స్టేట్స్ లో ఉన్న తన తండ్రి పిలిచినా వెళ్ళలేదు. తన సొంత ఊరిని, పెంచిన బామ్మని వదిలి వెళ్ళలేక తన ఊరి పక్కనే ఉన్న పట్టణంలో ఒక సాఫ్ట్ వేర్ కంపెనీ పెట్టి సుమారు ఒక యాభై మందికి ఉపాధి కల్పించాడు. బామ్మకి వరసకి మనవరాలైన మంగతో వివాహమయ్యి ఐదేళ్ళు అయ్యినా ఇంకా పిల్లలు పుట్టలేదు.

తన మనవడికి పిల్లలు పుట్టలేదన్న బాధతో తీర్ధ యాత్రలు చేస్తూ, తనకి కనబడిన ఏ రాయినీ వదిలి పెట్టకుండా పూజిస్తూ దేవుళ్ళందరినీ నిద్ర లేకుండా చేస్తోంది. ఇదిగో అలా తీర్ధయాత్రలు ముగించుకుని ఈరోజు ఊళ్ళోకి దిగుతోంది బామ్మ.

★★★

"ఏరా అవతారం? నీకు ఇప్పుడు తీరిక దొరికిందిరా నెల తక్కువ సన్నాసి! నేనొచ్చి గంట దాటింది. నాతో పాటు దిగిన వాళ్ళందరూ ఎవరి కొంపలకి వాళ్ళు వెళ్ళి పోయారు. నేనొక్కదాన్నే నిశాచరంలా ఇక్కడ బిక్కు బిక్కుమని కూర్చున్నాను. భయంతో చస్తున్నాను. పైగా ఇందాకట్నుంచి వాడెవడో నన్నదోలా తినేటట్టు చూస్తున్నాడు. " అని పైట సర్దుకుంటూ చెప్పింది, అక్కడికి అప్పుడే చేరిన శేషావతారంతో.

బామ్మ అరుపులకి ఫ్లాట్ ఫాం మీదున్న జనాలందరూ ట్వంటీ ట్వంటీ మ్యాచ్ చూస్తున్నంత తీక్షణంగా బామ్మ మనవళ్లని చూస్తున్నారు. అందరి కళ్ళు తమనే చూస్తుండడంతో సిగ్గు పడుతూ "బామ్మా! చిన్న పనుండి లేటయ్యింది. దీనికే ఇంత రంకెలెయ్యాలా? అయినా నిన్ను ఎవరు లేపుకెళ్ళి పోతారే? నీ వయసు స్వీట్ సిక్ష్టీనో, హాట్ ఎయిటీనో కాదు. డెబ్బై ఐదేళ్ళు. భయపడకు. వాడెవడో మతి లేని తింగరి సన్నాసి. నిన్ను తింగరి చూపులు చూస్తే, అవి నువ్వు వేరే రకంగా అర్థం చేసుకున్నావు. పద. బయల్దేరుదాం." అని బామ్మని తొందర పెట్టాడు శేషావతారం.

"అనరా అను. నేనందరికీ లోకువే. మీ తాత బతుకున్నంత కాలం నన్ను వేయించుకుని తిన్నాడు. ఆ తర్వాత నువ్వు. మీకు చాకిరీలు చేసీ చేసీ ఇదిగో ఇలా ముసలి దాన్నయిపోయాను. లేకపోతే వయసులో ఉన్నప్పుడు ఎంత అందంగా ఉండేదాన్నో. నన్ను చూసిన వాళ్ళందరూ చిదిమి దీపం పెట్టుకోవచ్చు అనేవారు. రావణాసురుడి లాంటి మీ తాత చేతిలో పెట్టారు నన్ను. అక్కడినుండి నా బతుకు ఇలా తగలడింది. ఇప్పుడు అనుకుని ఏం లాభం? నా తల రాత ఇలా ఏడ్చింది." అని ఫ్లాట్ ఫాం మీదే గగ్గోలు పెడుతోంది బామ్మ.

బామ్మ ఆర్తనాదాలు విని జనాలందరూ తనని విలన్ ని చేసి ఎక్కడ తన్నుతారోనని లగేజీ ఒక చేత్తో, బామ్మని ఒక చేత్తో పట్టుకుని గబగబా ఇంటి దారి పట్టాడు శేషావతారం.

★★★

"ఏమే మంగా? స్టేషన్ కి రావడానికి ఇంత లేటు చేసాడేమిటే వీడు?" అని కాళ్ళు కడుక్కుని లోపలికి వస్తూ అడిగింది బామ్మ.

"ఏమి చెప్పమంటారు అమ్మమ్మ గారు, మీ మనవడి గురించి? బయల్దేరడం పెందరాలే బయల్దేరారు. కానీ గడియారంలో మూడో అంకె కనబడగానే సోఫాలో కూలబడిపోయారు. మీకు ఆయన సంగతి తెలిసిందే కదా!" అని బామ్మకి కాఫీ ఇస్తూ సన్నాయి నొక్కులు నొక్కింది మంగ.

"అయ్యో! వీడి అసాధ్యం గోలా! వీడిక జన్మకు మారడు. రేపు మనం ఏ కొన ఊపిరితో ఉన్నా వీడు ఇలాగే చేస్తాడేమోనే? పైకి అంటే ఏడ్చి చస్తాడు కానీ, మీ శోభనం రోజు కూడా ఇలాగే చేసాడు వెధవ. పంతులు గారు 11గం.2ని. కి బ్రహ్మాండమైన ముహూర్తం పెట్టారు. విని చస్తేనా. మూడో అంకె ఉందని బలవంతంగా పంతులు గారి చేత ఇంకో పెట్టుడు ముహూర్తం పెట్టించుకున్నాడు. అర్ధ జ్ఞాని శుంఠ. అందుకే మీకు పిల్లలు లేకుండా పోయారు. పిల్లా పాపలతో

ఇల్లు నిండి ఉంటే ఎంత బాగుండేది?" అని కళ్ళల్లోంచి జారుతున్న నీళ్ళను ఒత్తుకుంటూ అంది బామ్మ.

బాధపడుతున్న బామ్మని ఊరుకోబెట్టి మొగుడి మూర్ఖత్వాన్ని మనసులోనే తిట్టుకుంది మంగ.

★★★

బామ్మ పూజలు ఫలించి మంగ నెల తప్పింది. తొమ్మిది నెలలు గడిచి డెలివరీకి రెడీ అయ్యింది. సడన్ గా నొప్పులు రావడంతో హాస్పిటల్ లో జాయిన్ చేసారు.

బిడ్డ అడ్డం తిరగడంతో వెంటనే ఆపరేషన్ చేసేయాలన్నారు డాక్టర్లు. మంగ పరిస్థితి క్లిష్టంగా ఉండడంతో తల్లీ పిల్లలలో ఎవరో ఒకరే బతికే ఛాన్స్ ఉందని తేల్చి చెప్పారు డాక్టర్లు. ఎవరికి హాని జరిగినా హాస్పిటల్ తప్పిదం లేదని శేషావతారం నుండి అంగీకారం తీసుకుని ఆపరేషన్ కి తయారయ్యారు హాస్పిటల్ సిబ్బంది.

ఆ హడావుడిలో కూడా వాచీకేసి చూసాడు శేషావతారం. టైం 3గం. 05ని. అయ్యింది. గుండెలో రాయి పడినట్టయ్యింది శేషావతరానికి. వెంటనే డాక్టర్ల దగ్గరకు వెళ్ళి కొంచెం సేపు ఆపరేషన్ వాయిదా వేయమన్నాడు. ఇలాంటి క్రిటికల్ సిట్యుయేషన్ లో కూడా ఇలా మాట్లాడుతున్నాడేమిటని పిచ్చోడిని చూసినట్టు చూసారు డాక్టర్లు శేషావతారాన్ని. అతన్ని బయటికి గెంటి ఆపరేషన్ మొదలు పెట్టారు డాక్టర్లు. చేసేదేమీ లేక బిక్కచచ్చిపోయి కూర్చున్నాడు శేషావతారం. ఇదేమీ తనకు పట్టనట్టు దేవుడికి దండాలు పెడుతూ కూర్చుంది బామ్మ.

కాసేపటి తర్వాత అంటే సరిగ్గా 3గం.55ని.లకు ఆపరేషన్ థియేటర్ నుండి బయటకు వచ్చిన డాక్టర్లు "కంగ్రాట్స్ బామ్మ గారూ! మీ మొర ఆలకించినట్టున్నారు ఆ దేవుళ్ళు. మీకు కవల ముని మనవలు పుట్టారు. తల్లీ పిల్లలు క్షేమం. వెళ్ళి చూడండి. " అని తియ్యటి కబురు చెప్పారు.

మరల ఆ దేవుడికి బహిరంగంగానే కృతజ్ఞతలు చెప్పి పరుగు పరుగున మంగ దగ్గరకు వెళ్ళింది బామ్మ, శేషావతారంతో. ముని మనవలని తనివితీరా చూసుకుని మంగని ముద్దు పెట్టుకుంది బామ్మ.

"చూసావా బడుద్దాయ్! మూడో అంకె, మూడో అంకె అని ఇన్నాళ్ళూ భీష్మించుకుని కూర్చున్నావు. ఎవరి మాటా వినకుండా అందరి దుంపా తెంచావు. ఇప్పుడు అదే మూడో అంకెలో నీ భార్య, పిల్లలు క్షేమంగా బయటకొచ్చారు. ఇప్పటికైనా మారు తిక్క సన్నాసి. " అని శేషావతరాన్ని మందలించింది బామ్మ.

బామ్మ మాటలని లైట్ తీసుకుని తన భార్యా పిల్లల్ని తనివితీరా చూసుకుంటున్నాడు శేషావతారం.

★★★

హాస్యవల్లరి

ఆ రోజు మంగ పురుడు పోసుకుని హాస్పిటల్ నుండి ఇంట్లోకి అడుగు పెట్టే రోజు. ఇల్లంతా రకరకాల పూలతో, లైట్లతో డెకరేషన్ చేసాడు శేషావతారం. మంగని, పిల్లల్ని దగ్గరుండి తీసుకొచ్చింది బామ్మ. సరిగ్గా పిల్లలతో మంగ ఇంట్లోకి అడుగు పెట్టే సమయంలో "ఆగండి " అని పెద్ద గావు కేక పెట్టాడు శేషావతారం.

"మళ్ళీ ఏమి అయ్యిందిరా?" అని గదిమించి అడిగింది బామ్మ.

"ఇప్పుడు టైం 2గం.45ని. అయ్యింది. ఒక పావుగంట ఆగితే మూడవుతుంది. మూడో అంకె రాగానే లోపల అడుగు పెట్టండి" అని ఆర్డర్ వేసాడు శేషావతారం.

"అమ్మమ్మ గారూ! విన్నారా?" అంటూ బామ్మ కేసి దీనంగా చూసింది మంగ.

"ఏడ్చినట్టే ఉంది. వీడి పిచ్చి ఇప్పుడు ఇలా తిరిగిందా!" అని తల బాదుకుంది బామ్మ.

కొత్తపల్లి రవికుమార్

ఆపరేషన్ (డి) అడ్డం తిరిగింది

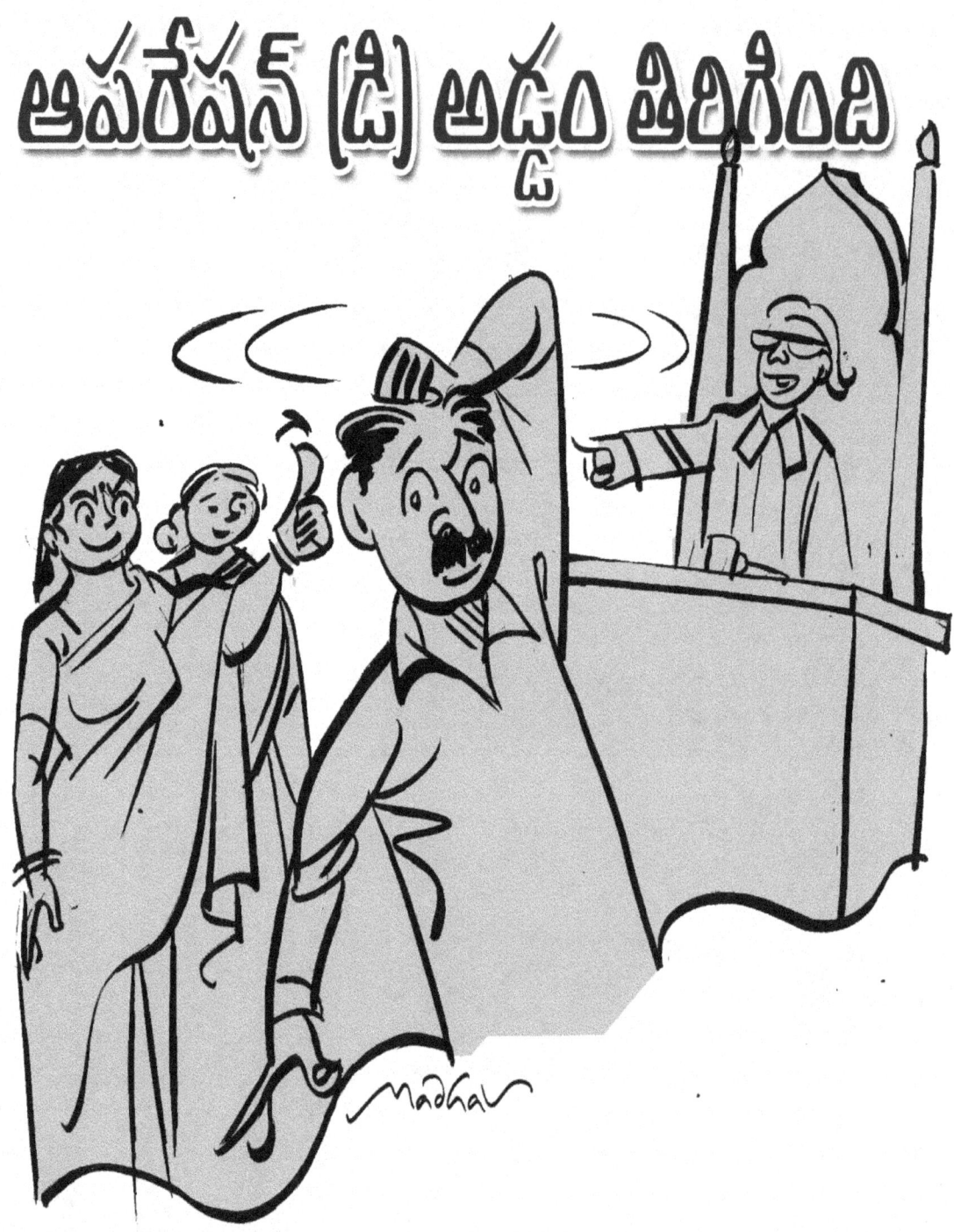

www.ingramcontent.com/pod-product-compliance
Lightning Source LLC
LaVergne TN
LVHW060135080526
838202LV00050B/4122
9788196168780

పంకజం ఎప్పటిలాగే టీవీ లో తనకు నచ్చిన సీరియల్ చూస్తూ ప్రపంచాన్ని మర్చిపోయింది. ఆనందరావు తన మానాన తాను కాఫీ పెట్టుకుని తాగుతూ గోడకు వేలాడుతున్న గడియారం కేసి చూసాడు. సాయంత్రం ఆరున్నరయ్యింది. మొబైల్ ఫోన్ కి వేసే స్క్రీన్ గార్డ్ లా టీవీని అతుక్కుపోయిన పంకజాన్ని చూసి ఒక్కసారిగా టీవీ ఛానళ్ళ మీద ఎక్కడలేని కోపం వచ్చింది. దిక్కుమాలిన ఛానళ్ళు ఆరయితే చాలు ఎప్పటికీ అంతులేని సీరియళ్ళు వేసి విసిగించేస్తున్నారనుకున్నాడు మనసులో, ఎక్కడ పైకంటే తన మీద విరుచుకు పడిపోతుందోనని.

"అయినా టీవీ వాళ్ళను అనుకుని ఏం లాభం? మన బంగారం కూడా మంచిదవ్వాలిగా! వాళ్ళు ఒకదాని తర్వాత మరొకటి గేప్ లేకుండా సీరియళ్ళు టెలికాస్ట్ చేసారే అనుకో దీని దుంప తెగ, ఇది మాత్రం మరీ ఇంత కసిగా చూసేయాలా? చూస్తే చూసింది. మొగుడు, పిల్లాడు ఏమయిపోయారో, తిన్నారో లేదో అని కూడా మినిమం మామీద జాలి కూడా లేకుండా వరసపెట్టి సీరియల్ మీద సీరియల్ చూసేయాలా? " అని గట్టిగా అరిచాననుకున్నాడు. కానీ మాట పైకి రాలేదు. ఆనందరావు నోటికి కూడా పెళ్ళయిన నాటి నుండి అలవాటయిపోయింది, పెళ్ళాన్ని ఏదైనా తిడితే నోటి లోపలే సమాధి అయిపోవడం. మన మాటకేం గానీ పాపం పుత్రరత్నం కామేష్ ఏం చేస్తున్నాడా అని నాలుగు దిక్కులు చూసాడు ఆనందరావు.

హాల్ లో ఒక మూలన వేసిన సోఫాలో అందరూ వదిలేసిన అనాధలా ఒక్కడూ కూర్చుని హోమ్ వర్క్ చేసుకుంటున్నాడు.

"నాన్నా కాముడూ! ఏం చేస్తున్నావు నాన్నా! " అంటూ కామేష్ దగ్గరకు వెళ్ళాడు ఆనందరావు.

"కనబడట్లేదా? హోమ్ వర్క్ చేస్తున్నాను" అన్నాడు కామేష్ తల పైకెత్తకుండానే.

"వెధవకి అన్నీ అమ్మ బుద్ధులే వచ్చాయి. ఆ వెటకారం, పొగరు అంతా వాళ్ళమ్మ నోట్లోంచే ఊడిపడ్డాడు. "అని మనసులో అనుకుంటూ కామేష్ రాసే బుక్ కేసి చూసాడు.

వాడు రాసేది తప్పని తెలిసి "నాన్నా! అది తప్పురా. దాన్ని అలా రాయకూడదురా! " అంటూండగానే "అమ్మ నాకు అలాగే చెప్పింది. నేను అలాగే రాస్తాను" అని మళ్ళీ తన వర్క్ లోకి వెళ్ళి పోయాడు కామేష్.

కొడుకు తన మాట వినట్లేదన్న కోపం ఒక పక్క, సీరియల్ ధ్యాసలో పడి కొడుకు గురించి సరిగ్గా పట్టించుకోవట్లేదని పంకజం మీద కోపం ఒక పక్క, వీటి మధ్య నలిగిపోతూ తన మీద తనకే పట్టరాని కోపం వచ్చింది. వెంటనే వెళ్ళి టీవీ స్విచ్ ఆఫ్ చేసాడు.

"అయ్యో అయ్యో! మాంచి టైమ్ లో ఆఫ్ చేసేసారేంటండి? ఆ వంటలొదిన వండిన అన్నంలో ఎవరో విషం కలిపారు. అది తిని ఎంతమంది జీవితాలు నాశనమయిపోతాయోనండి. ప్లీజ్ పెట్టండి" అంది పంకజం తన సహజమైన గార్ధభ కంఠంతో.

"కళ్ళ ముందు నీ కొడుకు జీవితం చంక నాకి పోతోంది. అది పట్టదు నీకు. ఎక్కడో సీరియల్ లో జీవితాలు పోతుంటే ఆలోచిస్తున్నావు. ఆ ఛానల్ వాళ్ళు మీ వీక్ నెస్ ని అడ్వాంటేజ్ గా తీసుకుని క్యాష్ చేసుకుంటున్నారే. అన్నీ పగా ప్రతీకారాలతో రగిలిపోయే సీరియళ్ళేనే. శోభనం రాత్రే అలిగి భర్తని లొంగదీసుకోవడం ఎలా, ఇంకా మాట వినని భర్తని బెదిరించి దారిలో తెచ్చుకోవడం ఎలా, మరీ వినకపోతే తాగే కాఫీలో విషం కలపడం ఎలా, దారిలోకి వచ్చిన భర్త చేత నానా చాకిరీ చేయించుకోవడం ఎలా? ఇలాంటి దరిద్రగొట్టు ఐడియాలతో మీ చిన్నా చితకా బ్రెయిన్ లకు లేనిపోనివి ఎక్కించి పాడు చేసేస్తున్నారే! మీ మట్టి బుర్రలకి అది అర్థం కాదు. నాలాంటి తెలివైనోడు చెప్పినా వినరు. అసలు నిన్ను కాదే ఆ టీవీనే పగలగొట్టేస్తే పీడ విరగడయి పోతుంది. " అని ఎన్నాళ్ళనుంచో ఉన్న ఆక్రోశాన్నంతా వెళ్ళగక్కి టీవీ దగ్గరికి వెళ్ళబోయాడు.

"ఏమిటీ టీవీ పగలకొట్టేస్తారా? పగలగొట్టేయండి చూద్దాం. మీకు దాని మీద ఏమి హక్కు ఉందని పగలగొట్టేస్తానంటున్నారు. అది మా వాళ్ళు నాకు సారెగా పెట్టింది. అదే కాదు. అదిగో మంచం, బీరువా, ఫ్రిజ్, వాషింగ్ మిషన్ అన్నీ మా పుట్టింటోళ్ళు పెట్టినవే. ఆఖరికి మిమ్మల్ని కూడా వాటిలాగే నాకు కొనిచ్చారు. అది మర్చిపోకండి. " అని అంతెత్తున లేచింది పంకజం.

టాపిక్ తన మీదకి డైవర్ట్ అయ్యేటప్పటికి కోపం ఇంకా రెట్టింపయ్యింది ఆనందరావుకి. "నన్ను కొనడమేమిటే? మతి కాని పోయిందా నీకు, లేకపోతే మెంటల్ నషాళానికి ఎక్కేసిందా? బుర్ర తక్కువ సన్నాసి" అని తన లెవెల్లో అందుకున్నాడు ఆనందరావు.

"మరి కాకపోతే. మీరు నన్ను ఫ్రీగా పెళ్ళి చేసుకున్నారా? పది లక్షలు పోసి కొనుక్కున్నాం మిమ్మల్ని. అప్పటికీ మా అమ్మ అడుగుతూనే ఉంది, ఏమ్మా అల్లుడు నచ్చాడా, బోలెడు కట్నం పోసి కొంటున్నాం, బాగా ఆలోచించుకో అమ్మాయి అని వందసార్లైనా అడిగి ఉంటుంది. నా ఖర్మ. అప్పట్లో నా మాయదారి కళ్ళకు మాయ కమ్మేసి మీరు మహేష్ బాబు లా కనిపించేసారు. పెళ్ళికి ఓకే చెప్పి మిమ్మల్ని చేసుకున్నాను. చేసుకున్నాక తెలిసింది మీరు మహేష్ బాబు కాదు రంగస్థలం సినిమాలో జగపతి బాబు అని. ఇప్పుడనుకుని ఏం ప్రయోజనం లెండి? వీడు కూడా పుట్టేసాడుగా! ఇక నా రాత ఇంతే అని సరిపెట్టేసుకోవడమే" అని దీర్ఘాలు తీసింది పంకజం.

"అసలు నేనంటోంది ఏంటి? నువ్వు మాట్లాడేదేంటి? అసలేమైనా సంబంధం ఉందా? నేను టీవీ కట్టేసి వాడి చదువు చూడవే అంటే నన్ను చేసుకుని బాధపడుతున్నానంటావేంటే? అసలు నాకు తెలియక అడుగుతాను. నీకొచ్చిన కష్టమేంటే? నాలాంటి టాలెంట్, హేండ్సమ్ ఫెలోని చీప్ గా పది లక్షలకు లాగేసుకున్నారు, మీ అమ్మా కూతుళ్ళు కలిపి. లేకపోతే నా రూటే సెపరేటులా ఉండేది " అని రజనీకాంత్ లెవెల్లో చెప్పేసరికి మళ్ళీ అందుకుంది పంకజం.

"చూసారా! మీరే ఒప్పుకున్నారు నేను మిమ్మల్ని పది లక్షలకు కొనుక్కున్నానని. అయినా మిమ్మల్ని ఎంత అపురూపంగా చూసుకుంటున్నానండి? కానీ మీరు అన్నేసి మాటలంటారా? " అని ఏడుపు అందుకుంది పంకజం.

మొగుడ్ని కొట్టి ఏడుస్తారంటారు, ఇది నిజమే అని కళ్ళముందు కనబడింది ఆనందరావుకి. "అయినా అనేసేవన్నీ అనేసి లాస్ట్ కి ఏడుపు అందుకుంటారు, ఈ లేడీస్ కి ఆ దేవుడిచ్చిన గొప్ప వరం, ఏడుస్తూ సాధించడం " అని ఆనందరావు మనసులో అనుకుంటూ ఉండగానే పక్కింటి అన్నపూర్ణమ్మ బామ్మ గారొచ్చారు.

"ఏమిటే అమ్మాయి? అంతలా ఏడుస్తున్నావు. మళ్ళీ అబ్బాయి ఏమన్నా అన్నాడా ఏమిటి? " అని పంకజం కళ్ళు తుడిచింది అన్నపూర్ణమ్మ. నిప్పుకి ఆజ్యం తోడయ్యిందనుకున్నాడు మనసులో ఆనందరావు.

"ఏమి చెప్పమంటారు బామ్మ గారు? పొద్దుట్నుంచీ అన్ని పనులూ చేసి ఏదో రిలాక్సేషన్ కోసం టీవీ పెట్టుకున్నాను బామ్మ గారు. మీకు తెలుసు కదండీ బామ్మ గారు, వంటలొదిన సీరియల్ అంటే నాకు ప్రాణమని. కరెక్టుగా వంటలొదిన అన్నంలో విషం కలిపాక ఆదుర్దాగా ఏమవుతుందోనని కంగారు పడుతూ ఉండగా టీవీ కట్టేసారు బామ్మ గారు. టీవీ ఎందుకు కట్టేసారని అడిగానని టీవీ పగల కొట్టేస్తానంటున్నారు బామ్మ గారు. " అని ముక్కు చీదుకుంటూ చెప్పింది పంకజం.

"ఊరుకో అమ్మాయి ఊరుకో! ఈ మాత్రం దానికే ఏడుస్తావా? విషం కలిపిన అన్నం ఎవరూ తినలేదులే. లక్కీగా పిల్లొచ్చి పారబోసేసింది. వంటలొదిన సేఫ్ జోన్ లో ఉంది. ఆ సీరియల్ చూసే వస్తున్నా. దాని కోసం బెంగ పెట్టుకోకు. కళ్ళు తుడుచుకో. నాయమ్మే దీనికే ఏడ్చేస్తున్నావా? సీరియల్స్ అంటే ఎంత అభిమానమో పిల్లకి " అని ఆనందరావు వైపు తిరిగింది అన్నపూర్ణమ్మ.

"ఏమయ్యా ఈ మాత్రం దానికే అమ్మాయిని అన్నేసి మాటలంటావా? నీకు ఏ లోటు చేసింది అమ్మాయి. అడిగినవన్నీ వండి వార్చి తగలేస్తోందిగా! ఇంకా ఏం మాయరోగం? ఆడవాళ్లు అన్నాక రిలాక్సేషన్ కోసం కొన్ని సీరియల్స్ చూస్తాం. మీ ఆవిడ కొంచెం ఎక్కువగా చూస్తుంది. తప్పేంటి? దీనికే టీవీ పగలకొట్టేస్తానంటావా? అయినా ఆ టీవీ అమ్మాయి పుట్టింటినుండి తెచ్చుకుంది. అమ్మాయి ఇష్టం. ఇక పిల్లాడి చదువంటావా? అమ్మాయి కన్నా నువ్వు బాగా చదువుకున్నావు కదా! అందుకేగా పది లక్షలు కట్నం పోసింది. నువ్వు డ్యూటీ నుంచి రాగానే పిల్లాడ్ని నీ ముందేసుకుని చదివించొచ్చుగా! అది చేయవు గానీ నిక్షేపంలా సీరియల్స్ చూసే ఆడదాన్ని మాత్రం ఆడిపోసుకుంటావు. నువ్వే కాదు టోటల్ గా మీ మగజాతే అంత. " అని మహిషాసుర మర్ధిని లెవెల్లో విరుచుకుపడింది అన్నపూర్ణమ్మ.

బామ్మ గారి తిట్లకి ఏం చేయాలో తెలియక గబగబా షాట్, టీషర్ట్ వేసుకుని కారేసుకుని బెస్ట్ ఫ్రెండ్ అండ్ లాయర్ సురేష్ ఇంటికి బయల్దేరాడు. కాలింగ్ బెల్ ఇలా మోగగానే డోర్ తీసాడు సురేష్.

"ఏంటిరా మరీ డోర్ గడియ మీద చెయ్యేసుకుని కూర్చున్నావా? కాలింగ్ బెల్ మోగగానే ఇమీడియట్ గా తీసావు. " అని అడిగాడు ఆనందరావు.

"ఇప్పుడే తన పుట్టింటినుంచి అర్జంటుగా ఏదో కబురు వస్తే ట్రైన్ ఎక్కించి వస్తున్నా. డోర్ వేస్తున్నాను, కాలింగ్ బెల్ మోగింది, తీసాను అంతే. నేనే నీకు ఫోన్ చేద్దామనుకున్నాను. బానే ఊడిపడ్డావురా! ఏమిటీ అంత కంగారుగా ఉన్నావు?" అని అడిగాడు సురేష్.

"బావా చల్లగా బీరు నోట్లో కెళ్తేనే గాని తలలోనుంచి వచ్చే పొగలు చల్లారవురా! ముందు ఓపెన్ చేయరా బాబూ! " అని ఆవేశంగా అన్నాడు ఆనందరావు. కొంచెం సేపయిన తర్వాత "ఇప్పుడు చెప్పరా! ఏంటి ఇంత ఆవేశంలో ఉన్నావు" అని అడిగాడు సురేష్ ఆనందరావుని.

"ఏం చెప్పమంటావురా బావా! ఈ ఆడోళ్ళందరూ ఇంతేనేరా? మనం ఏం మాట్లాడతాం? వాళ్ళకేమి అర్థమవుతుంది? వాళ్ళేం మాట్లాడుతారు? బుర్ర పిచ్చెక్కిపోతందిరా బావా! " అని జరిగినదంతా గుక్కతిప్పుకోకుండా చెప్పాడు ఆనందరావు.

"నీ బాధను అర్థం చేసుకోగలను బావా! అందరి మొగుళ్ళ పరిస్థితీ ఇంతే బావా! నాకూ ఇలాగే జరిగేది. నేను ఆపరేషన్ డి అప్లై చేసాను. ఇప్పుడు నేనేదంటే అదే ఇంట్లో. నువ్వు కూడా అది అప్లై చేయి. కింగయిపోతావు. " అని తాగిన మత్తులో తన అభయహస్తం చూపించాడు సురేష్.

తిరుపతిలో వేంకటేశ్వర స్వామి అభయహస్తాన్ని చూసినంత ఆనందం కలిగింది ఆనందరావుకి. కానీ ఆపరేషన్ డి అంటే అర్థం కాలేదు. అదేమాట సురేష్ ని అడిగాడు ఆనందరావు.

"ఆపరేషన్ డి అంటే ఏం లేదురా? డి ఫర్ డైవర్స్. డైవర్స్ ఇస్తామని బెదిరిస్తాం. దెబ్బకి భయపడిపోయి కుక్కిన పేనులా పడుంటారు" అన్నాడు సురేష్.

"ఒరేయ్! మరీ డైవర్స్ అవీ అంటే తేడా వస్తుందేమోరా? " అని అడిగాడు ఆనందరావు అమాయకంగా.

"ఏమీ తేడా రాదు. నువ్వు ఈ పేపర్లు తీసుకెళ్ళి హడావుడి చేయి. ముందుండి నేను కథను నడుపుతాను." అని డైవర్స్ పేపర్లు ఆనందరావు చేతిలో పెట్టాడు సురేష్.

తాగిన మైకంలో పేపర్లతో బయలు దేరాడే గానీ పంకజంతో ఇది ఈజీయేనా అనుకుంటూ ఇంటికి వెళ్ళాడు.

తెల్లారగానే తాను సంతకం చేసిన డైవర్స్ పేపర్లు పంకజం చేతిలో పెట్టాడు ఆనందరావు. లబోదిబో మంటూ ఏడ్చుకుంటూ బామ్మ దగ్గరకు పరిగెట్టింది పంకజం. మన ప్లాన్ పనిచేస్తోందని మనసులో ఆనందపడ్డాడు ఆనందరావు. ఆదరాబాదరాగా పరిగెట్టిన పంకజం తాపీగా నవ్వుకుంటూ వచ్చింది. ఆ నవ్వు చూసి నిజంగా భయమేసింది ఆనందరావుకి.

కానీ పైకి గంభీరంగా ఫేస్ పెట్టి "ఏమీ చేయలేనని ఏడుపు రాక నవ్వుకుంటున్నావా? నవ్వుకో. ఇంకొంత కాలమే నీ ముఖంలో నవ్వుండేది. ఇంతకీ ఏం డిసైడ్ అయ్యావు? " అని గొప్పగా అడిగాడు ఆనందరావు.

"మీరు డైవర్స్ పేపర్లు ఇచ్చారుగా! అక్కడితో మీ పని అయిపోయింది. మరి దీనికి నేనేదోకటి చేయాలిగా! అందుకే దీనికి కోర్టులో కౌంటర్ వేస్తున్నాను. అప్పుడు నా ముఖంలో నవ్వుందదో, మీ ముఖంలో నవ్వుందదో తెలుస్తుంది. " అని చెప్పింది యమా కాన్ఫిడెంట్ గా ఆనందరావుతో.

"సురేష్ గాడు అలా చెప్పాడు. బెదిరిస్తే కాళ్ళు పట్టేసుకుంటుందని వెధవ బిల్డప్ ఇచ్చాడు. తీరా ఇప్పుడు చూస్తే ఇది కౌంటర్ వేస్తానంటోంది. అయినా ఈ ఐడియా దీని మట్టి బుర్రకి వచ్చింది కాదు. ఆ ముసలిదే ఏదో నేర్పి పెట్టింది దీనికి." అని మనసులో అనుకున్నాడు ఆనందరావు.

★★★

అందరూ కోర్టు గ్యాలరీ లో కూర్చున్నారు. మేము ఎనిమీస్ అన్నట్టుగా చెరో సైడు కూర్చున్నారు పంకజం, ఆనందరావు. పంకజంతో పాటు అన్నపూర్ణమ్మ కూడా వచ్చింది తోడుగా అఫ్ కోర్స్ అండగా కూడా అనుకోండి. పాపం ఆనందరావు మాత్రం ఒంటరిగా కూర్చున్నాడు. తన వైపు వాదించే సురేష్ కోర్టు బెంచ్ లో కూర్చుని అక్కడి నుండే ఆనందరావుకి ధైర్యం చెప్తున్నాడు. పంకజం వైపు వాదించే సీనియర్ మోస్ట్ లాయర్ విశ్వనాథం కూడా కోర్టు బెంచ్ లోనే కూర్చున్నాడు. విశ్వనాథం అన్నపూర్ణమ్మకి స్వయానా చెల్లెలి కొడుకే. అందుకేనేమో ఈ కేసుని చాలా సీరియస్ గా తీసుకున్నాడు విశ్వనాథం. జడ్జి గారు వచ్చారనడానికి నిదర్శనంగా అందరూ లేచి నిలబడ్డారు. జడ్జి గారు కూర్చున్నాక అందరూ కూర్చున్నారు. కేసు వాదించండి అని జడ్జి గారు ఆర్డర్ చేసిన తర్వాత సురేష్ మొదలు పెట్టాడు.

"మై లార్డ్! నా క్లైంట్ ఆనందరావు చాలా అమాయకుడు. ఇల్లు, ఆఫీసు తప్పితే ఇంకో ప్రపంచం తెలియదు. నెలంతా కష్టపడి సంపాదించినదంతా తన భార్య చేతిలోనే గుమ్మరించేంత బుద్ధిమంతుడు. అటువంటి బంగారం లాంటి భర్తని అపురూపంగా చూసుకోవాలి. కానీ నా క్లైంట్ ఆనందరావు భార్య పంకజం ఇతన్ని రాచిరంపాన పెట్టేది. టీవీ సీరియల్స్ ధ్యాసలో పడి ఇతన్ని అస్సలు పట్టించుకునేది కాదు. సమయానికి వండి పెట్టేది కాదు. నోరు తెరిచి అడిగితే మీరు చేసుకోండని అనేది. అడిగినది ప్రతీదీ వెంటనే తెచ్చి ఇవ్వాలనేది. లేకపోతే పెద్ద గొడవ పెట్టేది. అయినా ఈ బాధలన్నీ తనలోనే దిగమింగుకున్నాడు. కానీ ఇప్పుడు తన భార్య కోరంటకాలు మరీ శృతి మించి పోవడంతో డైవర్స్ ఇద్దామనుకుంటున్నాడు. దట్సాల్ యువరానర్! " అని తన లెవెల్లో రెచ్చిపోయాడు సురేష్.

"దీనికి కౌంటర్ దాఖలు చేసారు. దీనిమీద కౌంటర్ గా మాట్లాడడానికి ఎవరొచ్చారు? "అని అడిగారు జడ్జి గారు. విశ్వనాథం లేచాడు.

"మై లార్డ్! నా క్లైంట్ కౌంటర్ ఎందుకు వేసిందో చర్చించేముందు బై యువర్ పర్మిషన్ కెన్ ఐ టాక్ విత్ ఆనందరావు? " అని జడ్జిని అడిగాడు విశ్వనాథం.

"అబ్జెక్షన్ గ్రాంటెడ్" అని జడ్జి అనగానే బంట్రోతు "ఆనందరావు, ఆనందరావు, ఆనందరావు "అని మూడు సార్లు పిలిచాడు.

ఆనందరావు కోర్టు బోనులోనికి రాగానే భగవద్గీత మీద అంతా నిజమే చెప్తానని ప్రమాణం చేయించుకున్నారు. "నౌ యూ కెన్ ప్రొసీడ్ " అని జడ్జి అనగానే విశ్వనాథం అందుకున్నాడు.

"మిస్టర్ ఆనందరావు! మీకు నా క్లైంట్ పంకజం గారు ఎంత కాలం నుండి తెలుసు? " అని అడిగాడు విశ్వనాథం.

"పదేళ్ల నుండి సార్! " అని సమాధానమిచ్చాడు ఆనందరావు.

"నోట్ దిస్ పాయింట్ యవరానర్! ఆనందరావు గారూ, మీది లవ్ మ్యారేజా, ఎరేంజ్డ్ మ్యారేజా? " అని అడిగాడు విశ్వనాథం.

"ఎరేంజ్డ్ మ్యారేజేనండి. " అని ఆన్సరిచ్చాడు ఆనందరావు.

"నోట్ దిస్ పాయింట్ యువరానర్! ఆనందరావు గారూ ఈ పదేళ్లలో నా క్లైంట్ పంకజం గారు ఎన్నిసార్లు మిమ్మల్ని రాచి రంపాన పెట్టారు? " అని అడిగాడు విశ్వనాథం.

"పెళ్ళైన మొదట్లో బాగానే ఉండేదండి. సంవత్సరం తర్వాత నుండీ ప్రతిరోజూ ఏదో విషయానికి గొడవ పెట్టేదండి" అని బదులిచ్చాడు ఆనందరావు.

"మరి ఇన్నాళ్లూ ఓపికగా భరించినవాడివి ఇప్పుడు ఎందుకు భరించలేక డైవర్స్ కావాలంటున్నావు" అని అడిగాడు విశ్వనాథం.

"ఇన్నాళ్లూ ఏదో చిన్న సందర్భం వచ్చినప్పుడు టార్చర్ పెట్టేదండి. ఇప్పుడు ప్రతీ చిన్నా చితకా సందర్భానికి కూడా టార్చర్ పెట్టేస్తోందండి. భరించలేక పోతున్నాను సార్! " అని దీనంగా చెప్పాడు ఆనందరావు.

"సందర్భాలంటే ఎలాంటివి ఆనందరావు గారూ? " అని అడిగాడు విశ్వనాథం.

"సందర్భాలంటే ఏముంది సార్! తను రాసిన సరుకులు తేడాగా తెస్తే గొడవ, స్నానానికి బాత్ రూమ్ లో నీళ్ళు పెట్టమంటే గొడవ, ఆలస్యంగా ఇంటికి వస్తే గొడవ, సాయంత్రం అలసి ఇంటికి వచ్చి కాఫీ పెట్టి ఇవ్వమంటే సీరియల్స్ చూస్తూ లేవనని గొడవ, పిల్లాణ్ణి చదివించమంటే మీరే చదివించొచ్చుగా అని గొడవ, పండగలకి డబ్బులు టైట్ గా ఉండి ఏమైనా కొనివ్వకపోతే గొడవ, నేను ఏదైనా కొనుక్కుంటే మళ్ళీ దానికి గొడవ. ఇలా సందర్భాన్ని తనే క్రియేట్ చేసుకుని గొడవ చేస్తోంది సార్! నా పేరులో తప్ప నా జీవితంలో ఆనందం లేదు సార్! " అని ఒకటో తరగతి కుర్రాడు తన ఫ్రెండ్ మీద చాడీలు చెప్పినట్టు ఏకరవు పెట్టాడు ఆనందరావు.

"నోట్ ఆల్ దీజ్ పాయింట్స్ యువరానర్! ఐ విల్ రివీల్ కన్ క్లూజన్ ఆఫ్టర్ డిస్కషన్స్ మై లార్డ్! " అని అన్నాడు విశ్వనాథం.

జడ్జి పంకజాన్ని ప్రవేశ పెట్టమనగానే "పంకజం, పంకజం, పంకజం " అని అరిచాడు బంట్రోతు. భయంభయంగా బోనులోనికి వచ్చింది పంకజం.

"ఏమ్మా? నువ్వు బాగా టార్చర్ పెట్టావు. నీనుంచి విడాకులు కావాలని అడుగుతున్నాడు మీ ఆయన. దీనికి నువ్వు చెప్పేదేమైనా ఉందా? " అని అడిగాడు జడ్జి.

"నేనేం మాట్లాడతానండి జడ్జి గారు. అసలే నోట్లో నాలుక లేని దానిని. ఏదో మొగుడని చనువుగా ఆప్యాయంగా కొంచెం గట్టిగా అడిగితే మాత్రం ఆయన టార్చర్ అనుకుంటే ఎలా సార్! మమ్మల్ని వదిలేసి ఆయన సుఖంగా ఉంటానంటే ఎలా సార్? నాకు ఆయనే కావాలి సార్! ఇంతకన్నా నేనేమీ చెప్పలేను సార్! " అని తన తాళిబొట్టును కళ్ళకు అద్దుకుంటూ, అతి వినయంగా చెప్పింది పంకజం.

"అమ్మ దీని యాక్టింగో! ఇంత వినయంగా ఉంటే మనం ఇంతవరకు ఎందుకు వస్తాం? "అని మనసులో అనుకున్నాడు ఆనందరావు.

"ఫైనల్ కన్ క్లూజన్ ఇవ్వండి లాయర్! " అని జడ్జి అనగానే విశ్వనాథం లేచాడు.

"మై లార్డ్! నా క్లైంట్ పంకజం అతి జాగ్రత్తగా చూసిన సందర్భాలని టార్చర్లగా చూసాడు ఈ ఆనందరావు. రాసిన సరుకులు అన్నీ తేవకపోతే తక్కువ సామాన్లతో సంసారాన్ని ఎలా నెట్టుకు రావాలని బాధతో కొంచెం గట్టిగా అడిగింది. మళ్ళీ ఏదైనా వండకపోతే అది వండలేదు, ఇది వండలేదు అని మళ్ళీ గొడవ చేసేదీ ఈ ఆనంద రావే. స్నానానికి తనే నీళ్ళు మోసుకుంటే కొంచెం ఒళ్ళు వంగి తన మొగుడు హెల్దీగా ఉంటాడనుకుంది నా క్లైంట్ పంకజం. ఆలస్యంగా వచ్చినప్పుడు చెడు తిరుగుళ్ళు తిరిగి ఎక్కడ ఆయన ఆరోగ్యం పాడవుతుందోనని కొంచెం గట్టిగా అడిగింది. పొద్దుట్నుంచీ అలసిపోయి సాయంత్రం సీరియల్ చూస్తూ కాఫీ పెట్టుకుని తనకు కూడా ఇమ్మనడం నా క్లైంట్ పంకజం తప్పేమిటో నాకర్థం కాలేదు యువరానర్! ఇక పిల్లాడి చదువు విషయంలో తన కన్నా తన భర్త ఎక్కువ చదువుకున్నాడు, ఆయన చెప్తే పిల్లాడి ఫ్యూచర్ బాగుంటుందని ఆలోచించింది. పండగలకి, పబ్బాలకి తనకు బంగారం కొనివ్వమనేది ఊరికనే కాదు యువరానర్! బంగారం ధర రోజురోజుకూ రెక్కలు ఎగరేసుకుంటూ ఆకాశానికి అంటుతోంది. రేపొద్దున ఏమైనా అవసరం వస్తే తాకట్టు పెట్టుకోవడానికైనా ఉపయోగపడుతుందని ఆలోచించింది. ఇక ఆయన ఏమైనా అనవసరమైనవి కొనుక్కుని దుబారా చేస్తే కొంచెం మందలింపుగా అడిగింది. దట్ టూ నా క్లైంట్ పంకజం ఈ ఆనందరావుతో పదేళ్ల నుండి కాపురం చేస్తోంది. ఇతను నా క్లైంట్ తో సర్దుకోలేకపోతే పెళ్ళైన మొదట్లోనే డైవర్స్ ఇచ్చుండాలి. ఈ పదేళ్లలో నా క్లైంట్ పంకజం తన భర్తను బాగా అర్థం చేసుకుంది. ఆనందరావు మాత్రం నా క్లైంట్ ని సరిగ్గా అర్థం చేసుకోలేదు యువరానర్! మనసులో వేరే దురుద్దేశంతోనే నా క్లైంట్ నుండి డైవర్స్ కావాలనుకుంటున్నాడు. మీరే ఈ కేసుని క్షుణ్ణంగా పరిశీలించి నా క్లైంట్ కి న్యాయం జరగాలని కోరుకుంటున్నాను యవరానర్! " అని తన ఎక్సపీరియన్స్ కన్ క్లూజన్ ఇచ్చాడు విశ్వనాథం.

"కేసు వాదోపవాదనలు విన్న తర్వాత పంకజం తన ఇంటి గురించి, భర్త, కొడుకు బాగోగులు గురించి బాగా ఆలోచించి ఏదో అప్పుడప్పుడూ కొంచెం గట్టిగా అడిగిన మాట వాస్తవం. ఆనందరావు వీటిని మరీ మనసులో పెట్టుకుని రాద్ధాంతం చేయడం తప్పు. ఆడవాళ్ళు సీరియల్స్ చూడడం తప్పని ఏ రాజ్యాంగం లోనూ లేదు. నిజంగా ఆడవాళ్ళు సీరియల్స్ చూడడం తప్పయితే ప్రపంచంలో తొంభైఐదు శాతం ఫ్యామిలీస్ డైవర్స్ తో రోడ్డున పడాలి, నా ఫ్యామిలీతో సహా. ఇంకా చెప్పాలంటే ఏదో ఆ సీరియల్స్ పుణ్యమా అని ఆడవాళ్ళు అవి చూస్తూ కాలక్షేపం చేస్తే కొంత గొడవ కూడా తగ్గుతుంది. ఈ మాత్రం అర్థం చేసుకోని ఆనందరావు లాంటి మొగుళ్ళు తమ సంసారాలని పాడు చేసుకుంటున్నారు. ఆనందరావుకి వీటి మీద ఒక కౌన్సిలింగ్ ఇప్పించాలని కౌన్సిలింగ్ డిపార్టుమెంటుకి ఆర్డర్ వేస్తున్నాను. ఇకనుంచైనా పెళ్ళాలు ఏది చేసినా అందులో మంచి వెతుక్కుంటూ వెళ్ళిపోవడమే మంచిదని ఆనందరావుకి సలహా ఇస్తూ, పెళ్ళాం అడుగుజాడల్లో నడుస్తాడని ఆకాంక్షిస్తూ తీర్పు ఇస్తున్నాను" అని తన తీర్పును, దానితో పాటు సాటి మగాడిగా ప్రగాఢ సానుభూతిని తెలిపాడు జడ్జి.

"ఏంటి ఆపరేషన్ డి ఇలా రివర్స్ అయ్యింది? రేపటినుండి నా పరిస్థితి ఏంటి? " అని దీనంగా అనుకుంటూ పంకజం, బామ్మ కేసి చూసాడు ఆనందరావు.

వరల్డ్ కప్ ఫైనల్ లో నెగ్గినంత సంబరాలు చేసుకుంటున్నారు పంకజం, బామ్మ. "ఇకనుంచి పంకజం కుమ్మేయ్! " అన్నట్టు పంకజం భుజం తట్టింది బామ్మ.

హాస్యవల్లరి

అల్లుడు అదుర్స్

"మా అల్లుడు గురించి గొప్పగా చెప్పడం కాదు గానీ వదినా! ఎంత బాగా వంట చేస్తాడనుకున్నావు. ఫార్చ్యూన్ ఇన్ ఫైవ్ స్టార్ హోటల్లో పెద్ద చెఫ్. పొద్దుట్నుంచీ ఎంతో కష్టపడి అక్కడ రకరకాల వంటలు చేసొస్తాడా, మళ్ళీ రాత్రికి ఇంట్లో తనే వంట చేస్తాడు. మా అమ్మాయి ఎంత వద్దని మొత్తుకున్నా అస్సలు వినడు. మేము వెళ్ళినా అంతే. అస్సలు ఏ పని చేయనివ్వడు. మమ్మల్ని దేవతల్లా చూసుకుంటాడు. ఇక మా వాడూ ఉన్నాడు ఆడంగి వెధవ. పెళ్ళాం కొంగు పట్టుకుని చుట్టూ తిరుగుతూ ఉంటాడు. మా కోడలికి వంట్లో బాగోలేనప్పుడో, తను ఇంట్లోకి రాకూడని రోజుల్లోనో వీడే వంట చేసి తగలడతాడు. ఒక్కసారి చేస్తే అస్తమానూ ఇలాగే చేయిస్తుందిరా అంటే వింటాడా చెవిటి మాలోకం. వాడి అత్తమామలతో కూడా అలాగే ఉంటాడు. ఎంతో అపురూపంగా చూసుకుంటాడు. కొంచెం అల్లుడి బెట్టు చూపాలిరా అన్నా అస్సలు వినడు" అని పక్కింటి పారిజాతంతో చెప్తోంది పంకజం.

"సరిపోయింది సంబరం. మా వాడూ అంతే. వద్దురా అంటే వాడి అత్తా మామ చంకలో దూరతాడు. ఎన్ని చెప్పినా వినడు. సరికదా మాక్కూడా క్లాసు పీకుతాడు. మీక్కూడా అమ్మాయుంటే తెలిసేదని రెట్టిస్తాడు గాడిద. వీళ్ళకి ఎలా చెప్పాలో అర్థం కావడం లేదు వదినా!" అని అంటోంది పారిజాతం.

"ఏమేయ్! ఆ పొయ్యి మీద ఏదో పెట్టావు. అది మాడి చస్తోంది. వచ్చి చూడు " అన్న మొగుడి పిలుపు విని "సరే వదినా! మిగతా విషయాలు సాయంత్రం మాట్లాడుకుందాం. ఏమైనా తేడా వస్తే ఆయన అగ్గి మీద గుగ్గిలం అవుతారు. అయినా నీకు తెలిసున్నదే కదా వదినా!" అని లోపలికి వెళ్ళి పోయింది పంకజం.

"అబ్బబ్బ! కాసేపు మనశ్శాంతిగా కష్టాలు కూడా చెప్పుకోనివ్వరు. మీరు, మీ కంగారు " అని మొగుడు ముకుందాన్ని ఆడిపోసుకుంటోంది పంకజం, ఇంట్లోకి వస్తూనే.

"రోజంతా కష్టాలు చెప్పుకుంటూనే ఉంటారు కదే! గంటలు,గంటలు ఆ గోడల మీదనుండి మాట్లాడుతూనే ఉంటారుగా. మీరు జార్లబడి, జార్లబడీ ఆ గోడలు కూడా అరిగిపోతున్నాయి. ఏదో ఆ మొగుడికి వండేటప్పుడు, అన్నం పెట్టేడప్పుడైనా కొంచెం శ్రద్ధగా చేయొచ్చు కదా! అది మాకు వంటపడుతుంది." అని అన్నాడు ముకుందం.

"అనండి, అనండి. మీరేమన్నా పడి ఉండడానికి నేనొక్కదాన్ని ఉన్నాను కదా! ఏదో ఆ పారిజాతం వాళ్ళబ్బాయి గురించి చెప్తోంటే, నేను కూడా మన చవట గురించి కూడా చెప్తున్నాను. అలాగే మన అల్లుడి గొప్పతనం కూడా చెప్తున్నాను. అల్లుడంటే గుర్తుకొచ్చింది. మన అల్లుడు ఎంత పని చేస్తాడు? మీరూ ఉన్నారు. కూర మాడినప్పుడు కనీసం పొయ్యి సిమ్ లో పెట్టాలని కూడా తెలియదు. " అని చెప్పుకొస్తోంది పంకజం.

మళ్ళీ టాపిక్ తనవైపు తిరిగేటప్పటికి పంకజంతో మనకెందుకు వచ్చిన తంటా అని పేపర్లో ముఖం పెట్టాడు ముకుందం.

★★★

"పొద్దున్న మా అమ్మ ఫోన్ చేసింది. ఈ సారి పండక్కి పది రోజులు ముందుగానే రమ్మంది. అల్లుడి గారితో మరీ మరీ చెప్పమందండి " అని బిర్యానీ చేస్తున్న రాజబాబు తో అంది భ్రమరాంబ.

"నువ్వు బాగానే చెప్తావు భ్రమరం. కానీ నాకు లీవ్ దొరకద్దూ. అయినా మీ ఊరు రావాలంటే నాకు చాలా సిగ్గుగా ఉంది. లాస్ట్ ఇయర్ ఇలాగే పండక్కి పిలిచి ఏం చేసింది మీ అమ్మ? చుట్టాలందరినీ పిలిచి తిండి ఎగ్జిబిషన్ పెట్టింది. అందరూ వాళ్ళకు నచ్చిన కోరికలు చెప్పి రకరకాల పిండివంటలు చేయించుకుని పీకల దాకా తిన్నారు. అందరికీ అడిగినవన్నీ చేసేటప్పటికి నాకు మాత్రం నడుం నర్తనశాల అయిపోయింది. అయ్యబాబోయ్! అది తల్చుకుంటేనే నా మీద నాకే విపరీతమైన సింపథీ వచ్చేస్తోంది. ఈ సారికి నన్నొదిలేయ్యవే భ్రమరం " అని తన భార్య చేతులు పట్టుకుని బతిమిలాడాడు రాజబాబు.

"ఈ సారి పండక్కి చుట్టాలెవ్వరినీ పిలవట్లేదని అమ్మ చెప్పింది. అయినా అదేంటండి అలా అంటారు? మన గొప్పతనం మనం చెప్పుకోకూడదు. అవతల వాళ్ళు చెప్తేనే మన గొప్పతనం కొండంతవుతుంది. ఏదో మీరు వంట బాగా చేస్తారని నలుగురితో మా అమ్మ గొప్పగా చెప్పడం తప్పా! పండక్కి రమ్మని కూతురుని, అల్లుడిని ఆప్యాయంగా పిలిస్తే మీరు ఇలా అంటారా?" అని చిన్నగా ఏడుపు అస్త్రాన్ని ప్రయోగించింది భ్రమరాంబ.

పెళ్ళాం ఏడవడాన్ని చూసి ఓర్వలేక "సరే భ్రమరం. దీనికే ఇంతలా ఏడవాలా! ఏదో సరదాకి ఆట పట్టించడానికి అన్నానులే. నువ్వు చెప్పినట్టే వెళ్దాములే " అని అభయం ఇచ్చాడు రాజబాబు.

★★★

కూతురు, అల్లుడిని సాదరంగా ఇంట్లోకి ఆహ్వానించింది పంకజం. "ప్రయాణం బాగా జరిగిందా అల్లుడూ? బాగా అలసిపోయినట్టున్నారు. వేన్నీళ్ళతో స్నానం చేసి, అన్నం తిని హాయిగా పడుకోండి. వచ్చిన రోజే అవి చేస్తాను, ఇవి చేస్తాను అని బలవంత పెట్టకు అల్లుడూ! రేపట్నించి చూద్దాంలే " అని మర్యాదగా చెప్పింది పంకజం.

అత్తగారు ఇంత మర్యాదగా చెప్పిన తర్వాత ఏం మాట్లాడాలో అర్థం కాక ఆ పూటకి మాత్రం అత్తగారు చేసిన వంట తిని పడుకున్నాడు.

★★★

ఇంకా పండగ మూడు రోజులు ఉందనగా పంకజం ఉండే కాలనీ ప్రెసిడెంట్ పంకజం ఇంటికి వచ్చాడు. "ఎలా ఉన్నారు బావ గారూ? మా చెల్లెమ్మ లేదా?" అని కుశల ప్రశ్న వేసాడు ప్రెసిడెంట్.

"ఆ! బాగానే ఉన్నాను. అదిగో లోపల ఉంది వెళ్ళండి " అని లోపలికి దారి చూపించాడు ముకుందం.

"ఎప్పుడూ గలగలా మాట్లాడే చెల్లెమ్మ మాట వినపడక పోయేటప్పటికి అనుమానం వచ్చింది. ఇంట్లో ఉందా లేదా అని!" అని అనుకుంటూ లోపలికి వెళ్ళాడు ప్రెసిడెంట్.

"అన్నయ్య గారూ! ఎలా ఉన్నారు? ఏంటి ఈ రోజు మీ పాదం మోపి మా ఇంటిని పావనం చేసారు?" అని అడిగింది పంకజం.

"ఏమీ లేదమ్మా! పండక్కి మన కాలనీలో వంటల పోటీలు పెడుతున్నాము. నువ్వు కూడా పార్టిసిపేట్ చేస్తావేమోనని చెప్దామని వచ్చాను. ఎంట్రీ ఫీజు వెయ్యి రూపాయలు " అన్నాడు.

"ఎంత మంచి కబురు చెప్పారు అన్నయ్య గారు. మా అల్లుడు కూడా ఇక్కడే ఉన్నాడు. గ్యారంటీగా మా అల్లుడు పార్టిసిపేట్ చేస్తాడు. మా పేరు రాసేసుకోండి అన్నయ్య గారు " అని తన అల్లుడి పేరు చెప్పి వెయ్యి రూపాయలు ఇచ్చింది పంకజం.

ప్రెసిడెంట్ వెళ్ళి పోయాక బెడ్ రూం తలుపులేసి భ్రమరాంబతో మాట్లాడాడు రాజబాబు. "అసలేం అనుకుంటోందే మీ అమ్మ? నన్ను అడక్కుండానే నా పేరు వంటల పోటీకి ఇవ్వడమేమిటే? అందరి ఆడాళ్ళ మధ్య నేను ఒక్కడినే మగాడ్ని. అసలు ఏమైనా అర్ధమవుతోందా మీ అమ్మకి?" అని అడిగాడు రాజబాబు.

"హుష్! నెమ్మదిగా మాట్లాడండి. అమ్మ వింటే బాధపడుతుంది. మీ మీద ఎంత కాన్ఫిడెన్స్ లేకపోతే మిమ్మల్ని అడక్కుండా మీ పేరు ఇస్తుంది చెప్పండి. అయినా పోటీలో ఉండేది మీరొక్కరే మగాడు కాదుటలెండి. వంట వచ్చిన మగవాళ్ళు చాలా మంది ఉన్నారుట. మీరంటే ఎంత అభిమానం అమ్మకి. మీకెప్పటికీ మా అమ్మ అర్ధం కాదులెండి" అని చిన్నగా ఏడుపు మొదలు పెట్టింది భ్రమరాంబ.

"అయ్యో ఇప్పుడు నేను ఏమన్నానని ఏడుస్తున్నావు? ఊరుకో భ్రమరం, ఊరుకో. మీ అమ్మ గొప్పతనం తెలియక ఏదో మాట్లాడాను. నేను తప్పక ఈ పోటీల్లో పార్టిసిపేట్ చేస్తాను" అని అభయం ఇచ్చాడు రాజబాబు.

★★★

ఒక ఫైవ్ స్టార్ హోటల్లో వంటల పోటీ మొదలయ్యింది. పేరు, పేరునా పార్టిసిపేట్స్ అందరినీ పోటీకి పిలుస్తున్నారు. అనసూయమ్మ గారు, సీత గారు, తులసి గారు, మంగ తాయారు గారు, ఆండాళ్ళమ్మ గారు, శిరీష గారు ఇలా అందరు ఆడవాళ్ళను పిలిచిన తర్వాత చివరగా

మనకెంతో ఇష్టమైన పంకజం అల్లుడు గారు రాజబాబు గారు అని మైక్ లో అనౌన్స్ మెంట్ చేసారు. పంకజం తన అల్లుడికి తిలకం దిద్ది మరీ పోటీకి పంపింది.

"ఛీ! నా ముఖం మీద కాకి రెట్టయ్య. నా జీవితంలో ఇలాంటి సిట్యుయేషన్ వస్తుందని ఎప్పుడూ ఊహించలేదు. ఇంతమంది ఆడవాళ్ళ మధ్య నేనొక్కడినే మగ వెధవనా! ఏం చేస్తాం ఇంత వరకు వచ్చాక. మొండి కేస్తే అమ్మాకూతుళ్లు ఇద్దరూ నన్ను బలవంతంగా ఎత్తుకుని కూర్చోబెడతారు. దానికన్నా మనమే మర్యాదగా పార్టిసిపేట్ చేయడం బెటర్ " అని మనసులో అనుకుంటూ బలికి ఆహుతయ్యే మేకలా పోటీకి వెళ్ళాడు. కానీ ఒక్కటి మాత్రం ఖచ్చితంగా మనసులో అనుకున్నాడు. అదేమిటంటే ఇప్పుడు కనుక ఏదో రకంగా వంటను పాడు చేసి ప్రైజ్ రాకపోతే ఇక జన్మలో తన అత్తగారు ఇలాంటి పోటీలకు ఒప్పుకోదని. వంట పాడుచేయాలని కృతనిశ్చయంతో పోటీలోకి అడుగు పెట్టాడు.

పోటీ ముగిసింది. అందరి వంటలు రుచి చూసిన తర్వాత వాళ్ళల్లో వాళ్ళు గంట తర్జనభర్జనలు పడిన తర్వాత విజేతను ఎంపిక చేసారు పోటీ నిర్వహించిన జడ్జి లు. విజేతను మైక్ లో అనౌన్స్ చేస్తున్నారు.

"ఇంత రసవత్తరంగా సాగిన ఈ వంటల పోటీలలో అత్యద్భుతంగా వంటను తయారు చేసి మొదటి ప్రైజ్ ని గెలుచుకున్నవారు మన పంకజం గారి అల్లుడు రాజబాబు గారు. ఆయన్ని వేదిక మీదకు వచ్చి ప్రైజ్ తీసుకోవాల్సిందిగా రాజబాబు గారిని కోరుతున్నాము" ఇదీ ఆ అనౌన్స్ మెంట్ సారాంశం.

విజేతగా రాజబాబు పేరు వినబడగానే తల్లీ కూతుళ్ళ ముఖాలు 1000 క్యాండిల్ బల్బుల లాగా వెలిగి పోయాయి. ఇక వాళ్ళ ఆనందానికి హద్దులు లేవు. అమాంతం ఇద్దరూ కలిసి రాజబాబుని పైకి ఎత్తేసారు. అక్కడున్న అందరి నోటమ్మటా "పంకజం అల్లుడు అదుర్స్, పంకజం అల్లుడు అదుర్స్ " అని ఒకటే అరుపులు.

కాసేపు ఏమయ్యిందో అర్థం కాలేదు రాజబాబుకి. "నేను కావాలని ఇంత చెత్తగా వంట చేసినా నేనే గెలిచానా! నా ఖర్మ కాకపోతే! నాకు అర్థం కాని విషయం ఏమిటంటే చెత్తగా చేసిన నా వంటకే మొదటి ప్రైజ్ వచ్చిందంటే ఈ ఆడవాళ్ళు వీళ్ళ మొగుళ్ళకి ఏమి వండి పెడుతున్నట్టు. అందుకే అందరూ రెస్టారెంట్ ల మీద పడి పోతున్నారు" అని తనలో మాట్లాడుకుంటూ ఆలోచనలో పడ్డాడు.

"అల్లుడూ! ప్రైజ్ తీసుకో అల్లుడూ" అన్న తన అత్తగారి అరుపు విని చేసేదేమీలేక ఏడవలేక నవ్వుతూ ప్రైజ్ తీసుకున్నాడు.

డేంజర్ ఫ్యాచర్

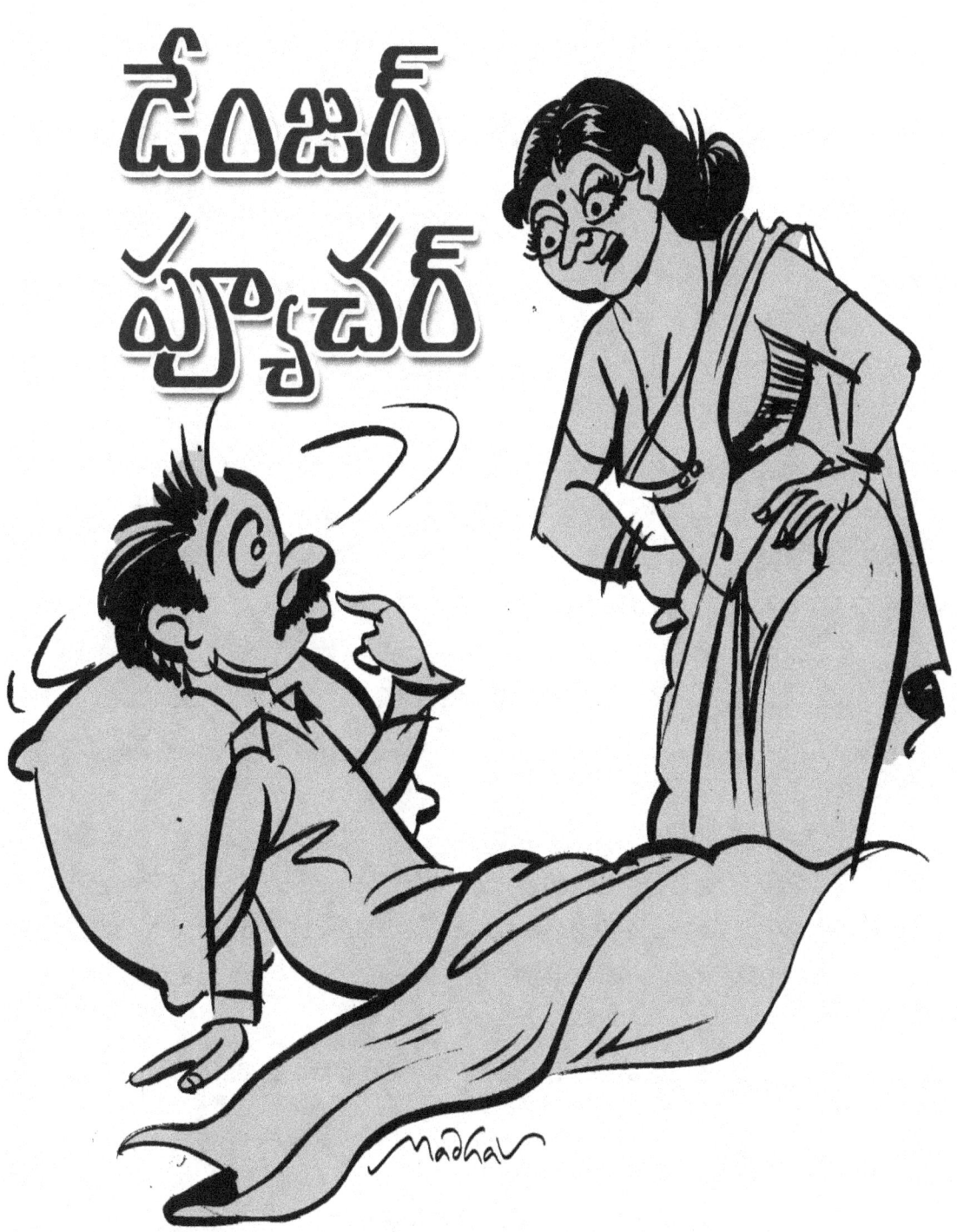

అది ఫిబ్రవరి 29, 2228 వ సంవత్సరం. ఆ రోజు గోదావరి తీరాన ఉన్న మెట్రో పాలిటన్ సిటీ మరియు గోదావరి రాష్ట్రానికి రాజధాని అయిన రాజమహేంద్రవరంలో బిగ్ షాట్ ఆకృత్ ఇంట్లో సందడి. లేక లేక కలిగిన ఆకృత్ వంశాకురానికి బాలసారె ఫంక్షన్ జరుగుతోంది. ఆ గోదావరి రాష్ట్రంలో ఉన్న గొప్ప గొప్ప ప్రముఖులు, పొలిటికల్ లీడర్స్ హాజరయ్యారు.

ముహూర్తం దగ్గర పడుతోంది. ఇంకా పంతులు గారు రాలేదని అందరూ ఎదురు చూస్తున్నారు. ఇంతలో ఎయిర్ బైక్ ఆగిన సౌండ్. అసిస్టెంట్ పర్యావరణ్ తో పాటు ఫాస్ట్ గా లోపలికి వచ్చారు పంతులు గారు స్వరాజ్ శాస్త్రి. వస్తూనే అందరినీ కంగారు పెడుతున్నారు.

"పంతులు గారూ! లేటయ్యింది. మీకోసం ఇందాకట్నుండి వెయిట్ చేస్తున్నాం" అని అంది ఆకృత్ భార్య అలంకృతి.

"అవునమ్మా! నేను పెందరాళే బయల్దేరానమ్మా. మీకు తెలుసుగా! మా వాడు థర్డ్ స్టాండర్డ్ చదువుతున్నాడు. వాడికి ఈ రోజు స్పేస్ రీసెర్చ్ ఎంట్రన్స్ ఎగ్జామ్. వాడిని కొవ్వూరు స్పేస్ సెంటర్ లో వదిలి రావాల్సి వచ్చింది. పైగా ఈరోజు ముహూర్తాలు చాలా ఉన్నాయి. స్కై అంతా హెవీ ట్రాఫిక్ జామ్. అందునా కేడీ కిడ్ ఒక అమ్మాయి ఎయిర్ కారు వేసుకుని ఎయిర్ బైక్ లైన్లోకి వచ్చేసింది. ట్రాఫిక్ టీమ్ ఆ అమ్మాయిని పట్టుకునేటప్పటికి ట్రాఫిక్ జామ్ అయ్యింది. ఎనిమిదేళ్లయినా దాటకుండా మరీ బొత్తిగా ఆరేళ్లకే ఎయిర్ కార్లు ఇచ్చేస్తున్నారు ఈ మాయదారి పేరెంట్స్" అని తన లేటుకు కారణం చెప్పారు స్వరాజ్ శాస్త్రి.

"ఓకే శాస్త్రి గారు! ఇప్పటికే ఆలస్యం అయ్యింది. మా వాడికి ఆ పేరు పెట్టే తతంగం త్వరగా కానిస్తే మేము వెంటనే గ్లోబల్ స్కూల్ లో ఎడ్మిషన్ తీసుకోవాలి. ఈరోజుతో వాడికి 21 రోజులు నిండిపోతున్నాయి. ఈ రోజు దాటితే వాడికి ఎడ్మిషన్ ఇవ్వరు. త్వరగా కానీయండి" అని కంగారు పెట్టాడు ఆకృత్.

"అలాగేనండి! ఏమ్మా అలంకృతమ్మా? పేరేమైనా అనుకున్నారా?" అని అడిగారు శాస్త్రి గారు.

"హా! అనుకున్నాము శాస్త్రి గారు. ఎన్నో వెబ్ సైట్లు గాలించి మరీ మా వారు డిసైడ్ చేసారు. నీలకంఠ పోతురాజు" అని సమాధానమిచ్చింది అలంకృతి.

"భేషుగ్గా ఉంది! కొత్త ట్రెండ్ పేరులా ఉంది. నాకు తెలిసి ఈ పేరు నేను ఎక్కడా వినలేదు" అని ఆశ్చర్యాన్ని వ్యక్త పరిచారు శాస్త్రి గారు.

"అవునండీ! అది మా వారి పూర్వీకులలో ఎప్పుడో ఈ పేరు ఉండేదట. ఆ పేరు ట్రెండీగా ఉందని అది ఫిక్స్ అయ్యాం" అని చాలా దర్పంగా చెప్పింది అలంకృతి.

కరక్టేనండి! ఇప్పుడు ఆ పూర్వీకుల పేర్లే యమా ట్రెండ్. అందుకే మా వాడికి, మా అమ్మాయికి కూడా మా పూర్వీకుల పేరే పెట్టాను, పరంధామ అవధాని అని, కనక మహాలక్ష్మి అని" అని చెప్పారు శాస్త్రి గారు.

ల్యాప్ టాప్ లో చూసి మంత్రాలు చదివి ఆ బాలసారె తంతేదో కానిచ్చేసారు శాస్త్రి గారు. ఏదో పాన్ వరల్డ్ సినిమా ఓపినింగ్ కి పూజ చేయాలని కంగారుగా వెళ్లిపోయారు శాస్త్రి గారు తన అసిస్టెంట్ తో.

అందరూ అంగీకరించినట్టు ఆకృత్ తన కొడుక్కి 'నీలకంఠ పోతురాజు' అని పేరు పెట్టుకుని సంబరపడిపోయాడు. ఇలా బాలసారె అయ్యిందో లేదో పోతురాజుని గ్లోబల్ స్కూల్ కి తీసుకునివెళ్లారు ఆకృత్, అలంకృతి లు.

ఇరవై ఎకరాలలో, ఆకాశాన్నంటే బిల్డింగ్ లతో చాలా పెద్దదిగా ఉంది ఆ గ్లోబల్ స్కూల్. వాళ్లు వెళ్ళిన ఎయిర్ కారుని ఎయిర్ పోర్టులో పార్కింగ్ చేసి ఆఫీసు రూమ్ లోనికి వెళ్లాడు. ఆఫీసు రూమంతా అడ్మిషన్స్ కోసం వచ్చిన నెలలు నిండని పాపలతో, వాళ్ల పేరెంట్స్ తో నిండి పోయింది.

ఆకృత్ గబగబా ఆఫీస్ రిసప్షనిస్ట్ ని కలిసాడు. "మేడమ్! మా బాబు అడ్మిషన్ కోసం వచ్చాము. అడ్మిషన్ ఫార్మాలిటీస్ ఏమిటి మేడమ్?" అని అడిగాడు.

"సార్! ఇక్కడ బేబి కడుపులో పడగానే రిజిస్టర్ చేసుకోవాలి. అలాంటి వారికి మేము టోకెన్ నెంబర్లు ఇస్తాము. వారు ఆ టోకెన్ నెంబర్లు తెస్తే ఆ నెంబర్ ఆర్డర్ ప్రకారం అడ్మిషన్ ఉంటుంది. మీరు టోకెన్ నెంబర్ తెచ్చారా?" అని అడిగింది రిసెప్షనిస్ట్.

"హా మేడమ్! మా టోకెన్ నెంబర్ 2064" అని బదులిచ్చాడు ఆకృత్.

"అయితే వెయిట్ చేయండి. మైక్ లో మీ అనౌన్స్ మెంట్ వచ్చిన తర్వాత అడ్మిషన్ తీసుకుందురు గానీ!" అని ఆకృత్ దగ్గర బాబు డిటెయిల్స్ అన్నీ తీసుకుంది.

ఈ లోపు పోతురాజు ఏడవడం మొదలు పెట్టాడు. అక్కడున్న కాంటీన్ లో పాల సిరప్ కొని నాలుగు చుక్కలు పోతురాజు నోటిలో వేసాడు. ఏడుపు ఆపి నవ్వుతున్నాడు పోతురాజు.

వీళ్ల పక్కనే కూర్చుని ఇదంతా గమనించిన వివిధ్ అనే ఎనభై యేళ్ల ముసలాయన వీళ్లను పలకరించాడు. "బాబు ఎడ్మిషన్ కి వచ్చారా?" అని అడిగాడు.

"అవును అంకుల్! మా బాబు పోతురాజు అడ్మిషన్ కి వచ్చాం. మరి మీరు?" అని అడిగాడు ఆకృత్.

"నేను కూడా ఇదిగో మా మనవడు పిచ్చేశ్వర్రావు అడ్మిషన్ కి వచ్చాను" అని తన మనవడిని చూపించాడు వివిధ్.

"ఇప్పుడు మీరు ఏ పాల సిరప్ కొన్నారు?" అని అడిగాడు వివిధ్.

"ఇండియన్ మేడ్ లేవు అన్నారు. అమెరికన్ మేడ్ కొన్నాను సార్" అని సమాధానమిచ్చాడు ఆకృత్.

"ఇండియన్ మేడ్ దొరకడం చాలా కష్టంగా ఉంది. మార్కెట్ లో ఎక్కువగా అమెరికన్, ఇంగ్లాండ్ వే దొరుకుతున్నాయి. మన ఇండియా , అమెరికాను, ఇంగ్లాండును ఆక్రమించుకొన్న దగ్గర నుండీ అవే ఎక్కువ ప్రొడక్ట్స్ వస్తున్నాయి. అయినా ఇప్పుడు ఇంకా నయం. నాలుగైదు డ్రాప్స్ తో సరిపోతోంది. నూటయాభై ఏళ్ల క్రితం తల్లి పాలే డైరెక్ట్ గా పట్టేవారట పిల్లలకి. ఎంత ఆశ్చర్యం? ఏదో టెక్నాలజీ పెరిగి ఆయా దేశాల ఆడవాళ్ల నుండి సేకరించిన పాల డ్రాప్స్ కి విటమిన్స్, ప్రోటీన్స్ ఏడ్ చేసి ఇప్పుడు డ్రాప్స్ గాను, టాబ్లెట్స్ గాను తీసుకొచ్చారు కాబట్టి సరిపోయింది. మనం ఆక్రమించుకొన్న తర్వాత అమెరికన్, ఇంగ్లాండు లేడీస్ ని బానిసలుగా చేసుకుని ఇవి ఎక్కువగా సప్లై చేస్తున్నారు. లేకపోతే మనం ఎన్ని అవస్థలు పడేవాళ్లం?" అని వాపోయాడు వివిధ్.

"అవును అంకుల్! మీరన్నది హండ్రెడ్ కి టూ హండ్రెడ్ పర్సంటేజ్ నిజం. ఇంకా మనకు అంత సులువుగా దొరకట్లేదు గానీ ఆఫ్రికన్ సిరప్ లు చాలా బాగుంటాయట!" అని చెప్పాడు ఆకృత్.

"హా! నేనూ విన్నాను. ఆ నీగ్రో వాళ్ల పాలల్లో ప్రోటీన్స్ ఎక్కువ ఉంటాయట. చెప్పానుగా! నూట యాభై ఏళ్ల కిందట గేదెలు, ఆవులు అనే జంతువులు ఉండేవట. వాటి పాలల్లో కూడా చాలా ప్రోటీన్స్ ఉండేవట. వాటిని మనం హిస్టరీ బుక్స్ ల్లో చూడడం తప్పితే ఎప్పుడూ డైరెక్ట్ గా చూడలేదు. వాటికున్న ప్రోటీన్స్ ఆఫ్రికన్ లేడీస్ లో ఉంటాయట" అని చెప్పాడు వివిధ్.

"ఇప్పుడు సైంటిస్ట్ లు వాటి కళేబరాలను తవ్వి, వాటి జీవ మృత్తికలను సేకరించి మరల కృత్రిమ గేదె, ఆవులను తయారు చేద్దామని చూస్తున్నారట. దానికోసం ఆల్రెడీ రాజానగరం దగ్గర పెద్ద ఇండస్ట్రీ కూడా స్థాపించారట" అని చెప్పాడు ఆకృత్.

"వావ్! అలాగైతే మనం కూడా ఎంచక్కా గేదె, ఆవు పాలు తాగొచ్చన్నమాట! కానీ ఆ ఎక్సపెరిమెంట్స్ సక్సెస్ అవ్వడానికి మినిమం టైమ్ పడుతుందిగా. అంతవరకు నేను బతికుంటానో లేదో!" అని బాధపడ్డాడు వివిధ్.

"బాధపడకండి అంకుల్! మీరు కూడా ఆ అదృష్టాన్ని చూస్తారు" అని వివిధ్ ని ఆకృత్ ఓదార్చుతుండగా, " టోకెన్ నెంబర్ 2058, పిచ్చేశ్వరావు, పిచ్చేశ్వరావు" అని మైక్ లో అనౌన్స్ మెంట్ వినిపించింది. అది విని తన మనవడికి అడ్మిషన్ తీసుకోవడానికి లోపలికి వెళ్లాడు వివిధ్.

ఇంతలో ఒక సర్వెంట్ వచ్చి ఆకృత్, అలంకృతి చేతుల్లో రెండేసి టాబ్లెట్లు పెట్టి వెళ్లాడు. అవి ఒకటి వాటర్ ది, రెండోది కాఫీది. అవి తిని రిలాక్స్ అయ్యారు దంపతులిద్దరూ.

కాసేపటికి మైక్ లో "టోకెన్ నెంబర్ 2064, నీలకంఠ పోతురాజు" అని అనౌన్స్ మెంట్ వచ్చింది. అది విని పరుగు పరుగున అడ్మిషన్ సెల్ లోనికి వెళ్లారు.

అడ్మిషన్ సెల్ లో ప్రిన్సిపాల్ ఆరోగ్య, జి ఎమ్ ప్రోద్బల్ కూర్చుని ఉన్నారు. ఆకృత్ దంపతులిద్దరూ వారి ఎదుటి సీట్లలో కూర్చున్నారు.

"మీ బాబు బర్త్ సర్టిఫికెట్ చూసాం! అంతా బాగుంది. పేరు కూడా బాగుంది, నీలకంఠ పోతురాజు. వెరీ ట్రెండీ నేమ్. కానీ మీ అబ్బాయి బ్లడ్ గ్రూప్ ఎబి పాజిటివ్. ఇది రేర్ గా దొరికే బ్లడ్ గ్రూప్. కాబట్టి మీరు ముందుగా నాలుగు లీటర్ల ఎబి పాజిటవ్ బ్లడ్ ని సబ్ మిట్ చేయాలి. ఇప్పుడు మీరు యాభై లక్షలు డిపాజిట్ కట్టాలి. మీ అబ్బాయికి రెండున్నర ఏళ్లు వచ్చేదాకా మేము, మా టీమ్ అబ్జర్వ్ చేస్తూ ఉంటాము. ఈ రెండున్నర ఏళ్ల కాలంలో మీరు మీ అబ్బాయికి బేసిక్స్ అన్నీ నేర్పించి ఉండాలి. ఇక్కడికి వచ్చాక హైయర్ స్టడీస్ మాత్రమే నేర్పుతాము. మీ అబ్బాయి మా స్కూల్ స్థాయికి సరిపోతాడనిపిస్తేనే అప్పుడు అడ్మిషన్ ఇస్తాం. లేకపోతే మీ అడ్మిషన్ క్యాన్సిల్ అవుతుంది. మీరు కట్టిన ఎమౌంట్ లో టు థర్డ్ మా అబ్జర్వేషన్ ఛార్జెస్ గా తీసుకుంటాము. మిగతా వన్ థర్డ్ రిఫండ్ చేస్తాం. అంటే సుమారు పదమూడు లక్షలన్నమాట.

ఒకవేళ అడ్మిషన్ ఇస్తే ఆ పదమూడు లక్షలను అడ్మిషన్ ఫీజు గా తీసుకుంటాము. మొదటి ఏడాది ఫీజు ఇరవై లక్షలు. ప్రతీ ఏడాది ముందు ఏడాది ఫీజులో ట్వంటీ పర్సెంట్ హైక్. మీ వాడు సెకండ్ స్టాండర్డ్ కి రాగానే ఎయిర్ బైక్ రైడింగ్, ఎయిర్ కారు రైడింగ్ నేర్పిస్తాము. వాటికి ప్రతీ నెల లక్ష అదనం. ఇంకా మీ వాడికి స్పోర్ట్స్ మీద ఇంట్రస్ట్ ఉంటే స్కైలో ఎయిర్ కార్ రేసింగ్, జట్టీఫైవ్ క్రికెట్ మ్యాచ్ లకు ప్రిపేర్ చేయిస్తాం. వీటికి ప్రతీ నెల రెండు లక్షలు అదనం.

ఇక అకడమిక్స్ విషయానికి వస్తే థర్డ్ స్టాండర్డ్ అయ్యేటప్పటికి ప్రతిష్టాత్మకమైన హైయ్యర్ ఇంజినీరింగ్, మోడరన్ మెడిసిన్, సైన్స్ రీసెర్చ్ ఎంట్రన్స్ లకు ప్రిపేర్ చేయిస్తాము. మీ వాడు ఫోర్త్ స్టాండర్డ్ నుండి ఆయా కోర్సులను ఇక్కడినుండే అంచలంచెలుగా నేర్చుకుని పదిహేనేళ్లకు సెటిల్ అయిపోతాడు. మిమ్మల్ని మంచి పేరెంట్స్ గా సొసైటీలో నిలబెడతాడు. మీకంటూ ఒక స్టేటస్ ని క్రియేట్ చేస్తాడు. కాబట్టి యాభై లక్షలు కౌంటర్ లో కట్టి వెళ్లండి. ఆల్ ది బెస్ట్" అని అంతా సవివరంగా వివరించాడు ఆరోగ్య.

తన కళ్లెదుటే తన కొడుకు పోతురాజు పెద్దవాడయి పోయినట్టనిపించింది, ఆకృత్ కి. గబగబా కౌంటర్ దగ్గరకు వెళ్లాడు, యాభై లక్షలు డిపాజిట్ చేద్దామని. "అలం, అలం! ఆ యాభై లక్షలు పట్టుకురా! రా త్వరగా!" అని అరుస్తున్నాడు.

పెళ్ళాం కొట్టిన దెబ్బకి అదిరిపడి లేచాడు ఆకృత్. కళ్లు నలుపుకుని చుట్టూరా చూసాడు. ఎదురుగా భద్రకాళి రూపంలో అలంకృతి కనపడింది.

"ఏం రాత్రి వేసింది ఇంకా దిగలేదా? పగటి కలలు కంటున్నారు. యాభై లక్షలు ఏమిటి?" అని అడిగింది అలంకృతి.

"మరేమో! మన అబ్బాయి స్కూల్ ఫీజు... యాభై లక్షలు..." అని తడబడుతూ మాట్లాడుతున్నాడు ఆకృత్.

"సర్లేండి! మనకు ఆ సంబడం కూడానూ! పెళ్లయ్యి పదేళ్లయ్యింది. ఇప్పటివరకూ నా కడుపున ఒక కాయైనా కాయించారూ? కొడుకంట, కొడుకు! ఎక్కడినుండి ఊడిపడ్డాడు కొడుకు" అని మొగుడి నెత్తిమీద గట్టిగా కాదులేండి! ప్రేమతో మొత్తింది అలంకృతి. అప్పటికి గానీ అర్థమవ్వలేదు ఆకృత్ కి, ఇదంతా కల అని.

కొత్తపల్లి రవికుమార్

గతజన్మ గుర్తొస్తే

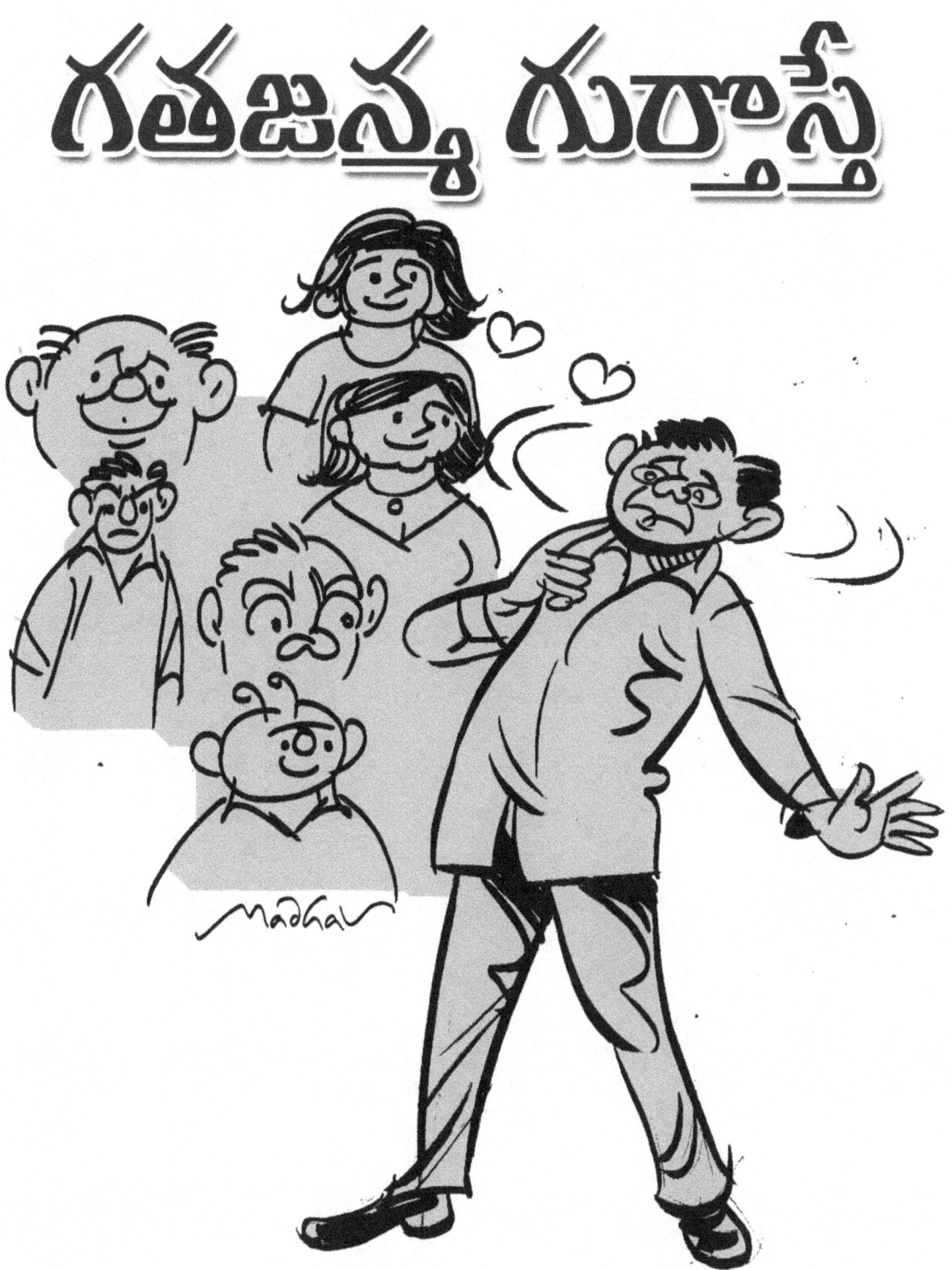

ఆనందరావుకి బెడ్ కాఫీతో పాటు బెడ్ పేపర్ చదవడం కూడా అలవాటు. అదేనండీ లేచిన వెంటనే బెడ్ మీదే న్యూస్ పేపర్ చదవడం అలవాటు. పబ్లిక్ ఎగ్జామ్స్ కి ప్రిపేర్ అయ్యే ర్యాంకర్ లా పేపర్ మొదటి పేజీ మొదటి అక్షరం నుండి చివరి పేజీ చివరి అక్షరం వరకు అన్ని కాలమ్స్, అన్ని బ్లాగ్ లు వదలకుండా చదివిన తర్వాతే రోజులో మిగతా సంగతులు చూస్తాడు. ఈ విషయం మీదే ఆనందరావు భార్య మంగతాయారు మండిపడుతుంటుంది. న్యూస్ పేపర్ చదవడం, లోకం తీరు తెలుసుకోవడం మంచిదే కానీ ఉదయాన్నే అన్ని ముఖ్యమైన పనులు పక్కనబెట్టి పేపర్ లో దూరిపోవడం ఘోరమని ఆమె ఆవేదన. ఆరు నూరైనా, నూరు ఆరైనా, మిన్ను విరిగి మీద పడ్డా ఈ ఒక్క విషయంలో తన పద్ధతి మార్చుకోడు మన ఆనందరావు.

రోజూలాగే ఆ రోజు కూడా లేచిన వెంటనే న్యూస్ పేపర్ లోనికి ముఖం పెట్టాడు ఆనందరావు. మెయిన్ పేపర్లో, రంగులతో ఒక ప్రకటన ప్రత్యేక ఆకర్షణగా కనబడింది.

"స్వాగతం....... సుస్వాగతం........ శ్రీ అద్భుతానంద స్వామి ప్రవచనములు. వినండి...... తరించండి...... సమయం : సాయంత్రం 6గంటలనుండి. ప్రదేశం: ఆర్ట్స్ కాలేజీ గ్రౌండ్స్, రాజమహేంద్రవరం. అందరూ ఆహ్వానితులే. ప్రవేశం ఉచితం". అదీ ప్రకటన.

ఈ ప్రకటన చదివిన వెంటనే ఆనందరావుకి అమితానందం కలిగింది. దైవభక్తి మెండుగా ఉన్న ఆనందరావుకి, ఈ బిజీ లైఫ్ లో ఆఫీసుకి, ఇంటికి అంకితమైపోయిన తన జీవితంలో చిన్నపాటి ఆనందాలు కూడా కరువయ్యాయనుకుంటున్న తరుణంలో ఈ ప్రకటన ఎడారిలో ఒక ఒయాసిస్సులా కనిపించింది. ఎలాగైనా త్వరగా ఆఫీసు ముగించుకుని ఆ స్వామి ప్రవచనాలకు వెళ్లాలని ధృడంగా అనుకుని గబగబా లేచి రెడీ అయ్యాడు ఆఫీసుకి.

ఎంత త్వరగా తెముల్చుకుని వెళ్దామనుకున్నా ఆఫీసులోనే 6.30 అయిపోయింది. పరుగు పరుగున ఆఫీసునుండి ఇంటికి వెళ్ళి ఫ్రెషప్ అయి ఆర్ట్స్ కాలేజీ గ్రౌండ్ కి వెళ్ళేటప్పటికి 7.30 అయ్యింది. అప్పటికే స్వామి వారి ప్రసంగం మొదలయ్యింది. ఆయన ప్రసంగం పెద్ద పెద్ద సౌండ్ బాక్స్ ల ద్వారా గ్రౌండ్ నలుమూలలా వినబడుతోంది. అసలే కంచు కంఠమేమో, ఆ సౌండ్ బాక్స్ లలో ఆయన స్వరం ఉరుములా దద్దరిల్లుతోంది. జనం మాత్రం ఆశించిన స్థాయిలో రాలేదనిపించింది ఆనందరావుకి. ఈ కలియుగంలో అందునా ఈ నాటి రోజులలో జనానికి దైవభక్తి బొత్తిగా లేదనుకున్నాడు మనసులో. అక్కడికి అంత లేటుగా చేరినా మొదటినుండి ఆరో వరుసలోనే కూర్చున్నాడు. స్వామి వారు తనకు ఎదురుగా, దగ్గరగా కూర్చుని తనకే ప్రవచనాలు వల్లిస్తున్నట్లుగా ఉంది. చెవులు రిక్కించి స్వామి వారి ప్రవచనాలు వింటున్నాడు.

"మనం చేసిన పాపమైనా, పుణ్యమైనా దానికి తగిన ఫలితం తప్పనిసరిగా అనుభవించక తప్పదు. దేవుడు అన్నింటిని సమతూకం చేస్తాడు. పాపం చేస్తే దానికి తగిన కష్టాలను కలిగిస్తాడు. పుణ్యం చేస్తే దానికి తగిన సుఖాలను చూపిస్తాడు. ఈ జన్మలో మనం అనుభవిస్తున్న కష్టాలకు కారణం ఈ జన్మలో చేసిన పాపాలు కావు. గత జన్మలో చేసిన పాపాలు. జీవుడు గత జన్మ శరీరాన్ని

వదిలి ఇంకొక శరీరాన్ని చేరాడంతే. మనం బట్టలు మార్చినంత ఈజీగా లోపలున్న జీవుడు శరీరాన్ని మారుస్తాడు. జీవుడు వాడే కాబట్టి శరీరమేదైనా పాప పుణ్యాలను అనుభవించక తప్పదు. ఇప్పుడు మీ చేయి విరిగిందనుకోండి, గత జన్మలో ఏ ప్రాణిదో మీరు చెయ్యి విరగ్గొట్టి ఉంటారు. మీ కాలు విరిగిందనుకోండి, గత జన్మలో ఏ ప్రాణిదో కాలైనా విరగ్గొట్టి ఉంటారు లేదా అకారణంగా ఏ మూగ జీవినో ఆ కాలితో తన్నైనా ఉంటారు. తెలిసో తెలియకో గత జన్మలో పాపాలు చేసి ఉంటాము. ఇప్పుడు వాటికి తగిన శాస్తి అనుభవిస్తున్నాము. గత జన్మ ఎలాగూ గుర్తు రాదు. కాబట్టి కనీసం ఈ జన్మలో వీలైనంతవరకు పుణ్యం చేయడానికి ప్రయత్నించాలి. పుణ్యం చేయకపోయినా ఫర్వాలేదు. తెలిసి మాత్రం పాపం చేయకూడదు. ఎవరికైనా గతజన్మ గుర్తుకు వస్తే ఆ జన్మలో పాపాలను ఈ జన్మలో పుణ్యాలుగా మార్చుకోవడానికి వెసులుబాటు ఉంటుంది. కానీ చేసిన పాపం ఊరికే పోదు కదా! అందుకే దేవుడు మనకు గత జన్మస్మృతులు రానివ్వడు. " అని స్వామి వారు చెప్పుకుంటూ వెళ్తున్నారు.

స్వామి వారి ప్రసంగం అయిన తర్వాత దూరం నుంచే ఆయనకు నమస్కరించి ఇంటికి బయల్దేరాడు. ఇంటికి బయల్దేరాడే గానీ స్వామి వారి ప్రవచనాలే చెవిలో మార్మోగుతున్నాయి. ఇంటికి వచ్చినప్పటినుండి పరధ్యానంగా ఉండటం మంగతాయారు గమనించింది. కానీ అడగలేదు. ఏదో పని ఒత్తిడి అయి ఉంటుందని సరిపెట్టుకుంది. ఏదో భోజనం చేసామనిపించి బెడ్ రూమ్ లోకి వచ్చి ఆలోచనలో పడ్డాడు ఆనందరావు.

"స్వామి వారు చెప్పినట్టు ఈ జన్మలో గత జన్మ పాపాలను అనుభవిస్తున్నామా? నిజంగా గతజన్మే గనుక గుర్తొస్తే ఆ పాపాలన్నింటినుండి తప్పించుకోవచ్చు. అలా ఊహిస్తేనే భలే గమ్మత్తుగా ఉంది. నిజంగా గత జన్మ గుర్తొస్తే ఎంత బాగుంటుందో? " అనుకుంటూ నిద్రలోకి జారుకున్నాడు. మాంచి నిద్రలో ఉండగా అకస్మాత్తుగా దేవుడు ప్రత్యక్షమయ్యాడు ఆనందరావుకి.

"భక్తా! ఆనందూ! " అని దేవుడనేసరికి ఒక్క సారిగా కళ్ళు తెరిచి చూసాడు ఆనందరావు.

"స్వామీ! మీరు! " అని సందేహంగా అడిగాడు.

"సందేహపడకు భక్తా! నేను నీవు రోజు పూజించే నీ దేవుడునే! తన గురించి గానీ, తన ఫ్యామిలీ గురించి గానీ ఆలోచించడానికి టైమ్ లేని యాంత్రికమైన ఈ రోజుల్లో కూడా ఉదయం ఒక గంట, సాయంత్రం ఒక గంట నాకోసం టైమ్ వెచ్చిస్తావు. అందుకే నా ప్రియ భక్తుల్లో నువ్వొక్కడివి ఆనందూ! ఈ రోజు కూడా నా గురించి చెప్పిన ప్రవచనాలు విన్నావు. అందుకే ముచ్చటేసి ఒక్కసారి నీకు కనబడదామని వచ్చాను ఆనందు" అని దేవుడనేసరికి ఇది నిజమా, కలా అని ఒక్కసారి తనకు తాను గిల్లి చూసుకున్నాడు.నొప్పి వచ్చింది.

ఇది నిజమే అని తనలో తాను సమాధానపడి "స్వామీ! ఇది నిజంగా మాయలా ఉంది. రండి స్వామీ! నా కోసం మీరు ముల్లోకాలు ట్రావెల్ చేసి వచ్చారు. అలసిపోయి ఉంటారు. రండి స్వామి. ఇలా కూర్చోండి. ఏమి తీసుకుంటారు? " అని అడిగాడు.

"పిచ్చి భక్తా! నిరంతరం భక్తుల కోసం శ్రమించే మాకు అలసత్వమేమిటి? అయినా మేము భక్తుల నుండి కోరేదేమిటి? కేవలం భక్తి. అది నీ దగ్గర మెండుగా ఉంది. నీ దగ్గర ఏమీ తీసుకోవడానికి రాలేదు. నేనే నీకిద్దామని వచ్చాను నాయనా ఆనందూ! ఏం వరం కావాలో కోరుకో? " అని దేవుడు ఓపెన్ ఆఫర్ ఇచ్చేటప్పటికి నోట మాట రాలేదు ఆనందరావుకి.

అయినా వచ్చిన ఆఫర్ ని వదులుకోకూడదని "స్వామీ! మీరడగారు కాబట్టి అడుగుతున్నాను. అతిశయోక్తిగా అనిపించినా మీరు నాకు ఆ వరం ఇవ్వాలి. నాకు గత జన్మ గుర్తొచ్చేటట్టు వరం ప్రసాదించండి స్వామీ! "అని ధైర్యం తెచ్చుకుని కళ్ళు మూసుకుని గబగబా అడిగాడు దేవుడిని.

"భక్తా! దేవుడు ప్రత్యక్షమయితే ఎవరైనా బంగారం అడుగుతారు, మణి మాణిక్యాలు అడుగుతారు, ధనమడుగుతారు, మిద్దెలడుగుతారు లేదా తన మాట వినే మంచి భార్యని వరంగా అడుగుతారు. కానీ నువ్వేమిటి నాయనా! విచిత్రంగా గత జన్మ గుర్తుకు రావాలని అడుగుతున్నావు. అనుభవంతో చెబుతున్నాను. దాని వలన నువ్వు చాలా కష్టాలు పడతావు. ఒక్కసారి ఆలోచించుకో " అని దేవుడు అన్నాడు.

ఎవరేమి చెప్పినా ఈ బంపర్ ఆఫర్ ని వదులుకోకూడదని మనసులో ధృడంగా నిశ్చయించుకుని "స్వామీ! కష్టాలు వస్తే అవి ఆధిగమించడానికి మీరున్నారు. మీరు తోడుంటే ఎలాంటి కష్టాన్నైనా ఎదుర్కోగలనన్న నమ్మకం నాకుంది. కాబట్టి నాకు ఆ వరమే ప్రసాదంగా ఇవ్వండి స్వామి! " అని ఆనందరావు అన్నాడు.

"భక్తా! చెప్పడం వరకు నా బాధ్యత. ఆ తర్వాత నీ ఖర్మ. కానీ భవిష్యత్తులో ఎప్పుడైనా గత జన్మ గుర్తుకు రావడం వల్ల ఎటువంటి భరించరాని కష్టాలెదురైనా నన్ను తలుచుకో. ఆ వరాన్ని వెనక్కి తీసుకుంటాను. ఇది నేనెవ్వరికి ఇవ్వని సూపర్ డూపర్ ఆఫర్. తథాస్తు. నీకు ఈ వరం ప్రసాదిస్తున్నాను. ఈ రోజు నుంచి నీకు గత జన్మ గుర్తుకు వస్తుంది. కానీ జాగ్రత్త సుమా! " అని వరమిచ్చి అదృశ్యమయ్యాడు దేవుడు.

పట్టరాని ఆనందమేసింది మన ఆనందరావుకి. జల్సా సినిమాలో "గాల్లో తేలినట్టుందే, ఒళ్ళు ఊగినట్టుందే " అనే పాట పెద్ద పెద్దగా పాడుతూ డ్యాన్స్ చేయాలనుకున్నాడు. కానీ ఈ అర్ధరాత్రి పూట పాటలతో డిస్ట్రబ్ చేస్తున్నారని చుట్టు ప్రక్కల వాళ్ళు ఉతికి ఆరేస్తారని మనసులోనే పాడుకుంటూ నిద్రలోకి జారుకున్నాడు.

తెల్లవారింది. కోడి కొక్కొరోకో అంటూ పడుకున్న వారందరినీ తనతో పాటు ఉదయాన్నే లేపుదామని అరుస్తోంది. అప్పుడే లేచిన ఆనందరావుకి మాత్రం "ఒరేయ్! సన్నాసి వెధవా! మొద్దు నిద్ర పరమేశం లేవరా! లేచి పనులు చూడరా అడ్డ గాడిదా! నీ పెళ్ళాం ఒక్కర్తే కష్టపడుతోంది. సాయం చేయిరా! నీ ముఖం మండా!" అని తిడుతున్నట్టుగా వినిపించింది.

"పరమేశం ఎవరు? ఈ తిట్ల దండకం ఏమిటి? " అనుకుంటుండగా, రాత్రి దేవుడు ప్రత్యక్షమవ్వడం, వరమివ్వడం అన్నీ ఒక దాని తర్వాత మరొకటి మెట్రో ఎక్స్ ప్రెస్ లా గుర్తుకు వచ్చింది ఆనందరావుకి.

గత జన్మ స్మృతులన్నీ గుర్తుకు వస్తున్నాయి. గత జన్మలో తన పేరు పరమేశమని, ఈ కోడి తనకు చదువు చెప్పిన మాస్టారని గుర్తుకు వచ్చింది. తనను చదవమని వేధించినందుకే ఈ జన్మలో కోడిలా పుట్టాడని మనసులో ఆనందపడి కోడికి తగిలేటట్టుగా ఒక రాయి విసిరి తన కక్షను కొద్దిగానైనా తీర్చుకున్నందుకు సంతోషించాడు.

ఇంతలో మంగతాయారు బెడ్ కాఫీతో పాటు న్యూస్ పేపర్ కూడా అందించింది పరమేశానికి అదేనండీ ఆనందరావుకి. మంగతాయారుని ఒక్క సారిగా చూసి అవాక్కయ్యాడు. గత జన్మలో తన భార్య గంగే ఈ జన్మలో కూడా తన భార్యగా రావడాన్ని చూసి "గత జన్మలో కాల్చుకుని తిన్నది చాలదా! దొంగ ముఖం దానా! ఈ జన్మలోనూ తగలడాలా? అయినదానికి, కానిదానికి ఎన్ని గొడవలు పెట్టేది రాక్షసి, గయ్యాళి గంగమ్మ. ఈ జన్మలోనైనా కసి తీర్చుకుందామనుకుంటే, ఈ జన్మలో కూడా దీనికి పెద్ద నోరే ఇచ్చాడు దేవుడు. ఎంతైనా దేవుడు కూడా స్త్రీ లోలుడే కదా! " అని మనసులోనే అనుకున్నాడు, ఎక్కడ పైకి అంటే నోరేసుకుని పడిపోతుందోనని.

ఇంతలో "నాన్నా! ఈ లోజు నాతు చాత్లెత్లు తొంతావా? " అని అడిగాడు మూడేళ్ల ఆనందరావు సుపుత్రరత్నం. ఆ ముద్దు ముద్దు మాటలకు పరమానందపడి ఎప్పుడూ ఠక్కున ఎత్తుకుని ముద్దులాడే ఆనందరావు ఇప్పుడు ఎత్తుకోలేదు. ఎందుకంటే గత జన్మలో మిలటరీ రూల్స్ పెట్టి ఏదైనా అల్లరి చేస్తే తాట తీసే పరమేశం నాన్న కనిపించాడు ఆనందరావుకి తన కొడుకులో. అందుకే ఎత్తుకుందామనుకున్నా ఎత్తుకోక "లోపలికి పో! వెధవా! " అని గట్టిగా అరిచాడు ఆనందరావు.

ఎప్పుడూ ముద్దులాడే నాన్న ఒక్క సారిగా రివర్స్ తిరిగేటప్పటికి ఆ చిన్న బ్రెయిన్ కి అర్థం గాక "అమ్మా! నాన్న తొత్తాడే! " అంటూ ఏడ్చుకుంటూ లోపలికి వెళ్లిపోయాడు ఆనందరావు కొడుకు.

రెడీ అయి ఆఫీసుకి వెళ్ళాడు ఆనందరావు. ఆఫీసుకి వెళ్ళిన దగ్గర నుండి తన కొలీగ్స్ అందరిలోనూ గత జన్మ మనుషులను చూసి ఆశ్చర్యపోయాడు. తన కొలీగ్స్ అందరిలోనూ తనకి బాగా క్లోజ్ అండ్ బెస్ట్ ఫ్రెండ్ రమేష్. తనకు అన్నింటిలోనూ మంచి సలహాలిస్తూ ఏదైనా అవసరమొచ్చినప్పుడు ఆదుకుంటాడు రమేష్. తనూ రమేష్ తో అలాగే ఉంటాడు. అందరూ వారిద్దరినీ, వారి స్నేహాన్ని చూసి అసూయ పడుతుంటారు. కానీ ఈ రోజు రమేష్ ని చూసేటప్పటికి చిర్రెత్తుకొచ్చింది ఆనందరావుకి. గత జన్మలో తన పక్కింట్లోనే ఉంటూ ప్రతి చిన్న విషయానికి గొడవలు పెట్టుకునే ముకుందాన్ని చూసాడు రమేష్ లో.

రమేష్ విష్ చేసినా పట్టించుకోకుండా తన సీట్లోకి వెళ్ళి కూర్చున్నాడు ఆనందరావు. రమేష్ తో పాటు అక్కడున్న కొలీగ్స్ అందరూ ఆశ్చర్యపోయారు, ఆనందరావు ప్రవర్తన చూసి. తన పక్క సీట్లో కూర్చున్న పూజని తేరిపార చూసాడు ఆనందరావు. అందం, అణుకువ ఉన్న అమ్మాయి పూజ. ఇంకా పెళ్ళి కాలేదు. ఆఫీసులో ప్యూన్ తో సహా అందరికీ తెలిసిన విషయమేమిటంటే త్వరలోనే రమేష్, పూజలు ఒక్కటవ్వుతున్నారని. వారి మధ్య రాయబారం నడిపి పెళ్ళి దాకా తీసుకుని వచ్చింది కూడా మన ఆనందరావే.

కానీ ఈ రోజు పూజను కళ్ళప్పగించి, నోరు తెరిచి ఆరాధనా పూర్వకంగా చూస్తున్నాడు ఆనందరావు. గత జన్మలో తను అమితంగా ప్రేమించి పెద్దల అయిష్టంతో పెళ్ళి చేసుకోలేకపోయిన వనజాక్షియే ఈ పూజ అని గుర్తుకు వచ్చింది. గత జన్మలో కాలేజీ రోజుల్లో కాలేజీ అంతా పరమేశం, వనజాక్షి పేర్లు మార్మోగిపోయేవి. ఏ గోడ పైన చూసినా వీరి పేర్లు సంయుక్తంగా లవ్ సింబల్స్ లో కనబడేవి. లవ్ కపుల్స్ కి వీరిద్దరూ పెద్ద ఇన్స్పిరేషన్. ఎంతో గాఢంగా ప్రేమించుకున్నారు. సినిమాలకి, షికారులకి అబ్బో వీళ్లు తిరగని లవ్ స్పాటంటూ లేదు. ఇవన్నీ ఇంట్లో తెలిసి చదువు పూర్తికాకుండానే వనజాక్షికి పెళ్ళి చేసారు వాళ్ళ పెద్దవాళ్ళు. కాలక్రమేణ తనూ వనజాక్షిని మర్చిపోయి ఇదిగో ఈ గంగను పెళ్ళాడాడు.

ఇవన్నీ ఒక్క సారిగా గుర్తొచ్చేసరికి పూజను చూస్తూ తనకు తెలియకుండానే "ఐ లవ్ యూ " అని పూజ చేతులు పట్టుకుని గట్టిగా ఆకాశం బద్దలయ్యేలా అరిచాడు.

పరాయి ఆడదానిని ఒక సిస్టర్ లా చూస్తాడనే మంచి సర్టిఫికేట్ ఉన్న ఆనందరావు ఇలా చేసేటప్పటికి పూజ, రమేష్ లతో పాటు అక్కడున్న వారంతా ఆశ్చర్యపోయారు. గట్టిగా పట్టుకున్న ఆనందరావు చేతులు విదిలించుకుని పరుగు పరుగున రమేష్ ని కౌగిలించుకుంది పూజ. ఏం మాట్లాడాలో తెలియలేదు రమేష్ కి.

అయినా తేరుకుని "ఒరేయ్ రాస్కెల్! చెల్లి, చెల్లీ అంటూ మనసులో ఇంత కామాన్ని దాచుకున్నావా? మేనర్స్ లెస్ బ్రూట్! నీతో ఇన్నాళ్లూ ఫ్రెండ్ షిప్ చేశానంటేనే నాకు సిగ్గుగా ఉంది. " అన్నాడు రమేష్ ఆనందరావుతో.

"నీకు, నాకు ఫ్రెండ్ షిప్ ఏంటిరా? నీకు, నాకు ఎప్పుడు పడిందని? ఎప్పుడూ మా ఇంట్లో కోడి మా దగ్గర తిని మీఇంట్లో గుడ్లెట్టేది. అవి మాకు ఇవ్వకుండా ఆమ్లెట్లేసుకుని తినేసే వాడివి కక్కుర్తి వెధవా! మీ కుక్క మా ఇంటి పెరట్లో దూరి అన్ని నిత్యకృత్యాలు తీర్చుకుని మా కోళ్ళను నోట కరుచుకొని వెళ్ళి పోయేది. మా ఆవు పేడతో పిడకలు చేసుకుని వాడుకొనే వాడివి. మీ ఇంట్లో చెత్తంతా తీసుకొచ్చి మా ఇంటి ముందు వేసేవాడివి. అడిగేవాడు లేక అప్పుడు నీ ఆటలు సాగాయిరా! ఇప్పుడు రా రా!" అన్నాడు రమేష్ తో పూర్తిగా గత జన్మలో లీనమైపోయిన ఆనందరావు.

అందరూ పిచ్చి వాడిని చూసినట్టు చూసారు ఆనందరావుని. ఇంతలో ఈ అరుపులు, కేకలు విని మేనేజర్ వైకుంఠరావు లోపలినుండి వచ్చాడు. వస్తూనే "ఏంటి ఈ అరుపులు? పని ఎగ్గొట్టి పంచాయతీలు పెట్టారా? " అని అడిగాడు వైకుంఠరావు. వైకుంఠరావుని చూస్తూనే ఒంటి కాలి మీద లేచాడు ఆనందరావు.

"నువ్వింకా బ్రతికే ఉన్నావా? ఆ రోజే నిన్ను చంపేద్దామనుకున్నాను. కానీ జాలితో వదిలేసాను. ప్రేమించిన వాడితో నీ కూతుర్నిచ్చి పెళ్ళి చేస్తే నీ సొమ్మేం పోతుందిరా సోంబేరి వెధవా! ప్రేమ పెళ్ళి కాదని ఎవరు సుఖపడ్డారు? మీ అమ్మాయి సుఖపడిందా? మీరు సుఖ పడ్డారా? పెళ్ళయిన రెండేళ్ళకే మొగుడ్ని పోగొట్టుకుని జీవితాంతం బాధపడింది. అది చూసి మీరూ బాధ పడ్డారు. నేను మాత్రం సుఖపడ్డానా? గయ్యాళి గంగను పెళ్ళి చేసుకున్నాను. నేను చనిపోయేంత వరకు రాచి రంపాన పెడుతూనే ఉంది మహా ఇల్లాలు. ఏదో మంచి పని చేశాననుకున్నావు నికృష్టుడా! " అనేసరికి నిజంగానే ఆనందరావుకి పిచ్చి పట్టిందనుకున్నారు అందరూ.

వైకుంఠరావు నిప్పులు తొక్కిన కోతిలా అరుస్తున్నాడు. "యూ! డిస్ మిస్ ఫ్రం మై ఆఫీస్. ఈ స్టుపిడ్ ని ఇమీడియట్ గా బయటికి పొమ్మనండి. లేదా మెడ పట్టుకొని గెంటేయండి. రెండు నిమిషాల తర్వాత వాడు ఇక్కడున్నాడో ఏం చేస్తానో నాకే తెలియదు " అని తన రివాల్వర్ తీయబోయాడు.

అందరూ అతన్ని వారించి వెంటనే పిచ్చాసుపత్రికి ఫోన్ చేసారు. అసలే కేసులు లేవేమో, ఫోన్ చేసిన పది నిమిషాలలో పిచ్చాసుపత్రి సిబ్బంది అక్కడికి వచ్చి ఆనందరావుని తీసుకెళ్ళి పోయారు. ఏం జరిగిందో ఏమిటో అర్థం కాలేదు అందరికి.

★★★

"ఏమ్మా! ఈ రోజే ఇలా ఉన్నాడా? ఎన్ని రోజులనుంచి పిచ్చి పిచ్చిగా ప్రవర్తిస్తున్నాడు? ఓన్లీ పిచ్చిగా మాట్లాడడమేనా లేక కరవడం లాంటివి కూడా చేస్తున్నాడా? " అన్నాడు అక్కడికి చేరిన మంగతాయారుతో పిచ్చి డాక్టరు సారీ పిచ్చాసుపత్రి డాక్టరు.

"రాత్రి కూడా బాగానే ఉన్నారండి. అన్నీ అడిగి పెట్టించుకుని మరీ తిన్నారు. ఇలా పిచ్చి పిచ్చిగా ఏమీ మాట్లాడలేదండి. కాకపోతే కొంచెం పరధ్యానంగా కనిపించారు. ఏదో పని ఒత్తిడిలో అలా ఉన్నారనుకున్నాను. మీరే ఎలాగైనా ఆయన్ని మామూలు మనిషిని చేయాలి సార్! " అని వేడుకుంది మంగతాయారు.

"ఏం ఫర్వాలేదులేమ్మా! రెండు షాకులిస్తే మామూలు మనిషవతాడు. మీరేమి భయపడకండి. " అని రెండు షాకులిమ్మని అక్కడున్న కాంపౌండరు, నర్సులకి చెప్పి వెళ్ళి పోయాడు.

ట్రీట్మెంట్ అయిన తర్వాత షాక్ తిన్న కాకి లాగా అయిపోయాడు ఆనందరావు. శరీరమంతా నల్లగా అయి తల మీద రోమాలు బొంతలు కుట్టే దబ్బలాలుగా తయారయ్యాయి. షాక్

ట్రీట్మెంట్ నుండి కోలుకున్న తర్వాత మెల్లగా కళ్ళు తెరచి ఎక్కడున్నానా అని తేరిపార చూసుకున్నాడు ఆనందరావు. తనను వైర్ల తోటి, తాళ్ళ తోటి షాకిచ్చే కుర్చీలో కట్టేయడం చూసుకున్నాడు.

"దేవుడా! ఏమిటి నాకీ దుస్థితి " అని మనసులో వేడుకున్నాడు. వెంటనే దేవుడు ప్రత్యక్షమయ్యాడు.

"చూసావా భక్తా! గత జన్మ గుర్తొస్తే ఎంత రాద్ధాంతం జరుగుతుందో! గత జన్మ గుర్తొస్తే పాపాలనుండి విముక్తి పొందుదామనుకున్నావు. కానీ ఈ ఒక్క రోజు లోనే చాలా పాపాలు చేసి మరో జన్మకు పాపం మూట కట్టుకున్నావు. గత జన్మ గుర్తొస్తే కళ్ళు నెత్తికెక్కి ఈ జన్మలో నువ్వు మంచి వాడవన్న నిజాన్ని కూడా మర్చిపోయావు.

పొద్దున్న లేస్తూనే నీకు చదువు చెప్పిన గురువు గారి మీద రాయి విసిరి ఒక పాపం చేసావు. గురువు దేవుడి కన్నా గొప్ప. ప్రత్యక్షంగా నిన్ను శిక్షించినా పరోక్షంగా నీ బంగారు భవిష్యత్తును తీర్చిదిద్దుతాడు గురువు. ఏదో ఆయన తెలియక చేసిన పాపం వలన ఈ జన్మలో కోడిగా పుట్టాడు. అలాంటి గురువు మీద రాయి విసిరి కక్ష తీర్చుకున్నానని ఆనందపడ్డావు. ఇది మహా పాపం.

ఆ తర్వాత నీ సహధర్మచారణిని తిట్టావు. ఎక్కడో పుట్టి ఎక్కడో పెరిగి ఏమీ కాని నిన్ను పెళ్ళి చేసుకుని, నీకు నానా చాకిరీలు చేస్తుంది. నీకు పిల్లల్ని కని ఇస్తుంది. నీవు తెచ్చే చాలీచాలని జీతంతో సంసారాన్ని నెట్టుకొస్తుంది. అనవసరమైన దుబారా ఖర్చులు చేస్తుంటే వద్దని వారిస్తుంది. అలాంటి స్త్రీ మూర్తిని నోరారా తిట్టావు. ఇది నీ రెండవ పాపం.

ఆ తర్వాత నీ ఫ్రెండ్ రమేష్ ని తిట్టావు. ఎన్నోసార్లు ఆపదలో ఉన్నప్పుడు నీకు ఉచిత సలహాలిచ్చి నిన్ను వాటినుండి గట్టెక్కించాడు. అవసరమయితే ధనంతో కూడా ఆదుకున్నాడు. ఆపదలో ఆదుకున్నవాడు కూడా దేవుడితో సమానం. అతన్ని కూడా తిట్టావు. ఇది నీ మూడవ పాపం.

ఇక నీ బాస్ సంగతి. మొదట నీవెవరో తెలియక పోయినా, ఎలాంటి వాడివో తెలియక పోయినా నీకు జాబు ఇస్తాడు. పనిలో చిన్న పొరపాట్లు జరిగినా సర్దుకుంటాడు. నీ కుడి చేతి ఐదు వేళ్ళు నోట్లోకి వెళ్తున్నాయంటే ఆ బాసే కారణం. అలాంటి బాస్ ని తిట్టావు. ఇది నీ నాలుగవ పాపం.

ఆఖరికి నన్ను కూడా వదల్లేదు కదయ్యా! ఏంటి స్త్రీ లోలుడనా అన్నావు? ఎవరు కాదు చెప్పు ఈ లోకంలో? ఎవరో ఒకరు ఏదో ఒక సమయంలో భార్యకు బానిస అవ్వాల్సిందే. అది తప్పేమీ కాదు. అది సృష్టి ధర్మం. గత జన్మ గుర్తొస్తే ఉన్న మనశ్శాంతిని కూడా పోగొట్టుకున్నావు. గత జన్మ గుర్తొస్తే ఒక్క రోజు భరించలేక పోయావు. గత జన్మ గుర్తొస్తే ఎలా ఉంటుందో నీకు తెలియాలనే వరమిచ్చాను. సరిపోయిందా? లేక ఈ వరాన్ని కంటిన్యూ చేయమంటావా?" అని అన్నాడు ఆనందరావుతో.

అంతా విన్న ఆనందరావు గుడ్లు తేలేసి "స్వామీ! బుద్ధొచ్చింది. నన్ను క్షమించండి. ఈ వరం వెనక్కి తీసేసుకోండి స్వామీ! " అని అరచి చూసేసరికి దేవుడు లేడు. గత జన్మ కూడా గుర్తుకు రాలేదు.

"నా ఉద్యోగం ఉందా సార్! " అని తనని చూడడానికి వచ్చిన బాస్ ని అడిగాడు మన పరమేశం అదేనండీ ఆనందరావు.

హాస్యవల్లరి

గాయత్రి వెడ్స్ విష్ణు

పిసినిగొట్టు పదానికి కేరాఫ్ అడ్రస్ మన ఏకలింగం. పీనాసి సంఘానికి బ్రాండ్ అంబాసిడర్ ఏకలింగం. ఉదయం లేచి పళ్లు తోముకునే బ్రష్ నుండి రాత్రి పడుకోబోయే బెడ్ వరకు అన్నింట్లోనూ మనవాడి పిసినారితనం కొట్టొచ్చినట్టు కనబడుతుంది. బ్రష్ అంటే గుర్తుకొచ్చింది. ఏ శుభ సమయంలో కొన్నాడో గానీ , సంవత్సరం పైగా తన పళ్లపై అరగదీస్తున్న బ్రష్ కి పూర్తిగా బట్టతల వచ్చి నాలుగు బ్రిజిల్సే మిగిలాయి. ఆ నాలుగు బ్రిజిల్స్ పోయేదాకా బ్రష్ మార్చనని భీష్మ శపథం చేసాడు ఏకలింగం.

ఒక్క బ్రషేనా! ఏకలింగం పిసినారితనానికి బలై తమలో తామే ఆత్మఘోష పెడుతున్న వస్తువులెన్నో ఉన్నాయి. దోసిటి నీటిలో కూడా నురగ రాని సబ్బు, పిన్నీసుకు కూడా అంటని పేస్ట్, ఎన్ని దారాలు పట్టున్నాయో లెక్క కట్టగలిగే తువ్వాలు, అరడజను పిన్నీసులతో రిపేరు చేయబడిన చెప్పులు. ఇలా చెప్పుకుంటూ పోతే ఏకలింగం పిసినారితనంతో విసిగి వేసారిన వస్తువులన్నీ ఏమీ చేయలేక మౌనంగా రోదిస్తున్నాయి.

మనోడి పిసినారితనాన్ని భరించలేక అసహ్యించుకుని తల్లిదండ్రులు, తోబుట్టువులు వదిలేశారు. చుట్టాలైతే ఇతని పేరు కూడా తలవమని ఒట్టుపెట్టుకున్నారు. ఇంతమందీ వదిలేసినా సిగ్గు లేకుండా అదేనండీ సిగ్గు పడకుండా జీవితాన్ని పిసినారితనంతో లాక్కొచ్చేస్తున్నాడు. మనవాడి పిసినారితనాన్ని తెలిసి పిల్లనివ్వడానికి ఎవ్వరూ ముందుకు రాలేదు. అలాగని ఇతడేమీ ఇంట్లో పొయ్యి కూడా వెలిగించడు.

ఊళ్లో గానీ, చుట్టుపక్కల గానీ ఏ ఫంక్షన్ జరిగినా అది శుభమైనా, అశుభమైనా ఆ ఫంక్షన్ లో వాలిపోయేవాడు ఏకలింగం. పెళ్ళిళ్ళ సీజన్ లో అయితే ఇతగాడి పిసినారితనం మరీ హై పిచ్ కి వెళ్లిపోయేది. ఆ సీజన్లో కళ్యాణమండపం బయట పెళ్లికొడుకు, పెళ్లి కూతురు పేర్లు, ఫోటోలు చూసి లోపలికి వెళ్లి పెళ్ళి వారితో మాటలు కలిపి తన భోజనం సంగతి కానిచ్చేసేవాడు. మిగతా రోజుల్లో ఎవరో ఒకరు బకరాని బాది ఆ పూట పొట్ట నింపుకునేవాడు.

ఈసారి మరల పెళ్లిళ్ళ సీజన్ మొదలయ్యింది. నా పంట పండిందనుకున్నాడు. ఆ ఊళ్లో జరిగే అన్ని పెళ్లిళ్ళకూ తను మీ వాడినే అంటూ వరసలు కలిపి తన పని కానిచ్చేస్తున్నాడు. కానీ ఆరోజు ఆ ఊళ్లో ఏ పెళ్లి లేదని దిగాలుగా కూర్చున్నాడు. ఈ లోగా ఆనోటా, ఈనోటా పక్కనున్న పట్నంలో పెళ్ళి జరుగుతోందంటే ఆదరాబాదరాగా సైకిల్ తొక్కుకుని పట్నం చేరుకుని ఎలాగోలా కళ్యాణమండపాన్ని చేరుకున్నాడు.

కళ్యాణమండపం బయట ఏర్పాటు చేసిన బ్యానర్ లో పేర్లు చూసాడు. "గాయత్రి వెడ్స్ విష్ణు" అని ఉంది. పేర్లు అనుకుంటూ లోపలికి వెళ్లాడు. మైకు లోంచి "నీ మది చల్లగా" అని పాట వినబడుతోంది. వండిన వంటకాల వాసనలు కళ్యాణమండపం బయటకదాకా వచ్చి ఏకలింగం ముక్కును తాకి ఊరిస్తున్నాయి. "నన్ను దోచుకుందువటే" అని పెళ్ళి భోజనాన్ని తలుచుకుంటూ

లోనికి అడుగు పెట్టాడు. ఇంకా భోజనాల తంతు మొదలు కాలేదు. కళ్యాణమండపంలో మగపెళ్లివారు, ఆడపెళ్లివారు ముచ్చట్లాడుకుంటున్నారు. భోజనాలు మొదలయ్యేదాకా ఖాళీగా ఉండడం ఎందుకని వాళ్లతో కబుర్లు మొదలు పెట్టాడు.

మాటల్లో ఎవరో పెద్దాయన మీ గాయత్రి ఎంత వరకు చదివారు అని అడిగాడు. ఇవతలి వైపు సమాధానం చెప్పేలోగా ఏకలింగం కలుగజేసుకుని " మా అమ్మాయి గాయత్రి అంత పెద్ద చదువులు చదివింది కాబట్టే కదా! మీరు ఏరుకోరి మా సంబంధాన్ని చేసుకుంటోంది. ఏమీ చెప్పరేంటి అన్నయ్యగారు" అని గాయత్రి నాన్న భుజం మీద చేయి వేసాడు.

మరి 'మీ విష్ణు' అని ఇవతలి వాళ్లు అడిగారు. 'మా విష్ణుకేంటి? ఎమ్ ఎస్ సి గోల్డ్ మెడలిస్ట్ ' అవతలి వాళ్ల నుంచి వచ్చిన సమాధానం.

మరల ఏకలింగం కలుగజేసుకుని "అయితే మా గాయత్రీ కన్నా తక్కువే చదివాడన్నమాట మీ విష్ణు" అని అన్నాడు.

అందరూ ఒక్కసారిగా ఏకలింగానికేసి అనుమానంగా చూస్తూ "నువ్వు ఎవరి వైపు బంధువు?" అని గట్టిగా అడిగారు.

"నేను మగ పెళ్లివారు.... ఆడ పెళ్లివారు...." అని తడుముకుంటూ సమాధానం చెప్పేలోపల అందరూ అతన్ని రౌండప్ చేసి ఉతికి ఆరేసారు.

అందరూ ఏకలింగం ఇక ఇప్పట్లో కోలుకోలేడు అనుకున్న తర్వాత వదిలిపెట్టారు. వాళ్లు కుమ్మిన కుమ్ముడికి ఒళ్లంతా హూనం అయిపోయింది. కళ్లు కూడా సరిగా తెరవలేకపోతున్నాడు. అలాగే బలవంతంగా కళ్లు తెరిచి పైకి చూసాడు. కళ్యాణమండపంలో కట్టిన బ్యానర్ మీద "గాయత్రి కుమార్ వెడ్స్ విష్ణుప్రియ " అని ఉంది. ఈ బ్యానరేదో బయటే కట్టి తగలడొచ్చు కదరా అని బోర్లా పడ్డాడు మన ఏకలింగం.

కొత్తపల్లి రవికుమార్

కంగుతిన్న కాంతారావు

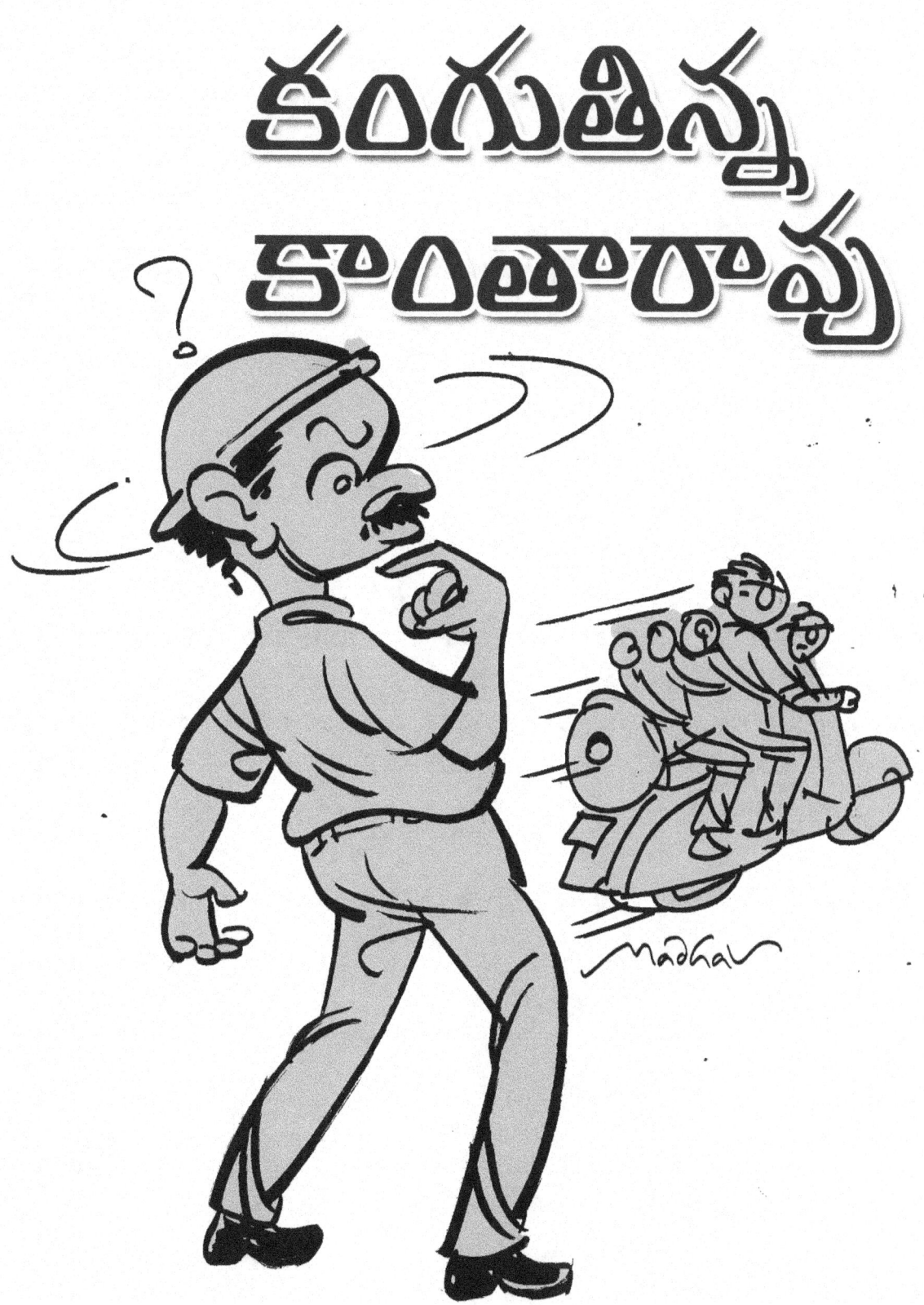

ఆ రోజు పిల్లలకు సెలవు కావడంతో అసిరయ్య తన పిల్లలను తీసుకుని స్కూటర్ మీద సినిమాకు బయలుదేరాడు. బండిమీద తను కాకుండా ఏడుగురు పిల్లలని ఎక్కించుకుని పుష్పక విమానంలా తోలుతున్నాడు అసిరయ్య. దూరం నుంచి స్కూటర్ మీద వస్తున్న అసిరయ్య ని చూసాడు కానిస్టేబుల్ కాంతారావు. ఈరోజు సెలవు రోజైనా నాకు పంట పండిందనుకున్నాడు. భయపెట్టి ఎంతోకొంత గుంజుదామని మనసులో అనుకుని విజిల్ వేసి మరీ ఆపాడు, కానిస్టేబుల్ కాంతారావు.

"సారూ! ఎందుకు ఆపారు సారూ! సినిమాకు ఆనస్యం అయిపోతనాది. మమ్మల్ని ఒగ్గేయండి" అన్నాడు అసిరయ్య.

"ఏరా, ఇదేమైనా పుష్పక విమానం అనుకున్నావా? ఊళ్ళో జనాలందరినీ పోగేసి రోడ్డెక్కేసావు" అని అడిగాడు కాంతారావు.

"ఊళ్ళో జనాలందరినీ పోగేయడానికి నానేమైనా ఎనక్షన్ లో పోటీ గానీ సేసే లీడర్ అనుకుంటన్నారండీ? ఈళ్ళందరూ నా పిల్లలే" అన్నాడు అసిరయ్య.

ఇంతమందీ అసిరయ్య పిల్లలని తెలిసి ఒకింత ఆశ్చర్యానికి గురైన కాంతారావు "ఒరేయ్! దేశ జనాభా రోజు రోజుకీ పెరిగిపోతూ నిలబడడానికి కూడా చోటు లేకుండా పోతుంటే నువ్వేంట్రా, సంవత్సరానికి ఒకడ్ని దింపేస్తున్నావు. నీకెవ్వరూ కుటుంబ నియంత్రణ ఆపరేషన్ చేయించుకోమని చెప్పలేదా?" అని అడిగాడు.

"ఎందుకు సెప్పనేదు అయ్యగారూ! ఒక్కొక్కసారైతే కత్తులు, కటారులు అట్టుకుని నర్సమ్మతో పాటు వచ్చేవారు ఆ డాట్టరు బాబు. కానీ ఆళ్ళని మాయమ్మ ఆపేసినాది. మాయమ్మ కి ఎన్ని పురుడులు వచ్చినా పురిటిలోనే పసిగుడ్డులు పోయేవారంట. సివరాకరికి నేను బతికి బట్టకట్టానంట బాబూ! అప్పుడు మాయమ్మ ఆ పోలేరమ్మ తల్లికి మొక్కుకున్నాదంట, మా వోడికి ఎంతమంది పిల్లలు పుడితే అంత వరకూ సూత్తాము, అందరూ నీ పెసాదమేనని. అందుకే బాబూ, నేనుగానీ మా ఇంటిది గానీ ఆపరేషన్ చేయించుకోనిది" అని చావు కబురు చల్లగా చెప్పాడు అసిరయ్య.

ఇదంతా విని "మీ అమ్మకైతే చాదస్తం. మరి నీ బుద్ధేమైందిరా? యువరాజ్ సింగ్ గురి తప్పకుండా ప్రతీ బాలూ సిక్స్ కొట్టినట్టు, ప్రతీ ఏడాది క్రమం తప్పకుండా దింపేస్తున్నావు. ఏం ఓపికరా నీది? నీకూ, నీకు సహకరిస్తున్న మీ ఆవిడకి శతకోటి వందనాలు రా!" అని చేతులెత్తి నమస్కరించాడు కాంతారావు.

"అదంతా మీ అభిమానం బాబూ గారూ!" అని సిగ్గుపడుతున్న అసిరయ్య కేసి చూసేటప్పటికి తన మీద తనకే చిరాకు వచ్చింది, కాంతారావు కి.

"ఒరేయ్! నువ్వు కాయించిన కాయలు ఇయ్యేనా, ఇంకా ఉన్నాయా?" అని అడిగాడు కాంతారావు.

"ఇది ఫట్ట్ ట్రిప్పండి. రెండో ట్రిప్పులో మా ఇంటిది, మా బుడ్డాళ్ళు నలుగురు ఎల్లాల" అని సమాధాన మిచ్చాడు అసిరయ్య.

"అంటే ఆల్రెడీ క్రికెట్ టీమ్ దింపేసావన్న మాట. నిన్నిలా వదిలేస్తే మొత్తం ఐపిఎల్ టీమ్ లను తయారు చేసేలాఉన్నావు కదరా! అది సరే గానీ, నీ పెళ్ళయి ఎన్నాళ్ళయ్యింది?" అని అడిగాడు కాంతారావు.

"ఆరేళ్లయ్యింది బాబా" అన్నాడు అసిరయ్య.

"ఆరేళ్లల్లో పదకొండు మందిని ఎలా దింపావురా, నీ బండ బడ" అన్నాడు కాంతారావు.

"మొదటి కాన్పులో ఇదిగో పెద్దదండి. రెండో కాన్పులో ఈళ్ళు ముగ్గురండి. మూడో కాన్పులో ఈడండి. నాలుగో కాన్పు, ఐదో కాన్పులో సెరో ముగ్గురండి" అని చెప్పాడు అసిరయ్య.

"ఓరి నీ స్టామినా రోయ్! కుక్క పిల్లలను కన్నట్టు దఫ దఫాకి ముగ్గురు నలుగురు ఏంటిరా?" అని మరల దణ్ణం పెట్టాడు కాంతారావు.

"ఏటి సారూ! అట్టా దిట్టెట్టమాకండి " అని మరల సిగ్గు పడ్డాడు అసిరయ్య.

"అది సరే గానీ, నేను ఒక్క పిల్లాడిని పెంచడానికే అపసోపాలు పడుతున్నాను. ఇంతమందిని ఎలా పెంచుతున్నావురా? పొద్దున్న లేచింది మొదలు అందరూ పనిలోకి వెళ్ళిపోతారా ఏంటి?" అని అనుమానంగా అడిగాడు కాంతారావు.

"నేను, మా ఇంటిది, మాయమ్మే పనిలోకి ఎల్తామండి. ఈళ్ళు బడికి పోతారండి. ఈళ్ళను బాగా సదివించి గొప్పోళ్ళను సేయాలండి" అని అన్నాడు అసిరయ్య.

"అబ్బో గొప్పోళ్ళనే! గొప్పోళ్ళు అంటే ఎంత గొప్పగా చేసేత్తావురా?" అని వెటకారంగా అడిగాడు కాంతారావు.

"ఆళ్ళు బాగా సదువుకుంటే డాట్టరు, ఇంజినీర్లను సేసేత్తానండి" అని అన్నాడు అసిరయ్య.

"ఏంటీ? డాట్టరూ, ఇంజినీర్లే బాగుందిరా! మరి సరిగ్గా చదువుకోకపోతే ఏం చేత్తావురా" అని మరల చాలా వెటకారంగా అడిగాడు కాంతారావు.

"సరిగ్గా సదువుకోకపోతే ఏం సేత్తానండి, మీనాగా కానిట్టేబుల్ సేసేత్తానండి" అన్నాడు తడుముకోకుండా అసిరయ్య.

ఆ సమాధానానికి కాంతారావు కళ్లు బైర్లు కమ్మాయి. ఒక్కసారిగా నెత్తిమీద గట్టిగా కొట్టినట్టయ్యింది. తేరుకోవడానికి ఐదు నిమిషాలు పట్టింది, కాంతారావుకి. తేరుకున్నాక కళ్ళు నలిపి చూసాడు. దూరంగా రయ్యిమని స్కూటర్ మీద వెళ్ళిపోతున్నాడు అసిరయ్య .

హాస్యవల్లరి

చిట్టిబాబు...
ది గ్రేట్ ఫిలాసఫర్

చిట్టిబాబు ఒంటిమీదకి ముప్పై ఏళ్ళొచ్చి సంవత్సరంన్నర దాటుతోంది. అక్కడక్కడా తెల్ల వెంట్రుకలు నల్ల ముంగురుల లోంచి తొంగి చూస్తూ ఏజ్ బార్ ని గుర్తు చేస్తున్నాయి. ఎన్ని సంబంధాలు వచ్చినా ఒక్కటి కూడా కుదరట్లేదు. మాంచి వయసులో ఉన్నప్పుడు అది బాగోలేదు, ఇది బాగోలేదు అని వంకలు పెట్టి చేతికొచ్చిన సంబంధాలు చేజేతులా పోగొట్టుకున్నాడు. ఇప్పుడు చాలా విషయాల్లో కాంప్రమైజ్ అయ్యినా అవతలి వాళ్ళ స్థాయి కి మన చిట్టిబాబు కనబడట్లేదు. అలాగని చూడ్డానికి బాగోడా అంటే, కొంచెం హైట్ తక్కువైనా పాత సినిమాల్లో చంద్రమోహన్ లాగా ఒత్తైన జుట్టుతో, మంచి రంగుతో అందంగానే ఉంటాడు. పోనీ మంచి ఉద్యోగం లేదా అంటే అదీ కాదు. మంచి సెంట్రల్ గవర్నమెంట్ ఉద్యోగం చేస్తున్నాడు మన చిట్టిబాబు.

చిట్టిబాబు పెళ్ళి కోసం ఎక్కని గుడి మెట్లు లేవు, మొక్కని రాయి లేదు. ఇదివరకు ఎంత చెప్పినా గుడికి వెళ్ళని వాడు, ఇప్పుడు పొద్దున్నే దేవుడి దర్శనం చేసుకోనిదే తన దినచర్య మొదలు పెట్టట్లేదు. ఎప్పటిలాగే ఆ రోజు కూడా గుడికి వెళ్ళి మొక్కుకుంటున్నాడు మన చిట్టిబాబు.

ప్రతిరోజూ తప్పనిసరిగా వచ్చి దేవుడికి దణ్ణం పెట్టుకొనే చిట్టిబాబుని చూసి ముచ్చటేసిన పంతులు గారు "నాయనా! నేనైనా ఒక్కపూట దేవుడి కార్యం చేయడానికి బద్ధకిస్తున్నానేమో గానీ నువ్వు మాత్రం రోజూ ఆ స్వామిని మొక్కకుండా ఏ పనీ చేయట్లేదు. ఏమిటి నాయనా నీకు వచ్చిన అంత కష్టం?" అని అడిగారు.

"స్వామీ! ఏజ్ బార్ అయిపోతోంది. చూసారా! పైన ఎకరాలు, ఎకరాలు పోతున్నాయి. ఎన్ని సంబంధాలు చూసినా కుదరట్లేదు స్వామీ! అందుకే నాకు త్వరగా పెళ్ళి చేయించమని ఆ దేవుడిని వేడుకుంటున్నాను పంతులు గారూ!" అని పంతులు గారితో తన మొర చెప్పుకున్నాడు చిట్టిబాబు.

"నువ్వు చాలా అదృష్టవంతుడివి నాయనా! ఇన్ని సంబంధాలు చూసినా, ఇంత అందమైన నీకు పెళ్ళి కుదరట్లేదు అంటే ఆ దేవుడు నీయందు ఉన్నాడు. కష్టాల ఊబిలో పడకూడదని ఆయనే నిన్ను కాపాడుతున్నట్టున్నారు. అయినా ఈ గుడికొచ్చి దేవుడిని వేడుకుని తమ బాధను విన్నవించుకునే మగాళ్ళు రెండు రకాలు. పెళ్ళి ఎందుకు అవ్వలేదని బాధ పడే మగాళ్ళు ఒక రకం, పెళ్ళి ఎందుకు అయ్యిందా అని మధన పడే మగాళ్ళు రెండో రకం. నా దృష్టిలో మొదటి ఏడుపే నయం. అంత్య నిష్ఠూరం కన్నా ఆది నిష్ఠూరం మేలు బాబూ! చేతులు కాలాక ఆకులు పట్టుకోవడం ఎందుకు నాయనా! కావాలని సుడిగుండంలో దూకకు. ఏదో పెద్ద ముండావాడిని అనుభవంతో చెప్తున్నాను. విను నాయనా! ఒక్కసారి బాగా ఆలోచించి పెళ్ళి వైపు

అడుగు వెయ్యి బాబూ!" అని తనకు తోచిన సలహా ఇచ్చారు పంతులు గారు.

పంతులు గారు నగ్న సత్యాన్ని ఇంత విడమర్చి చెప్పినా వినే స్థితిలో చిట్టిబాబు లేదు. "పంతులు గారూ! ఇప్పటికే పెళ్ళి కాక నానా అవస్థలు పడుతున్నాను. మీరు ఈ విషయం గూర్చి

ఇలా మాట్లాడి నాలో ఉన్న కొద్దిపాటి ఉత్సాహాన్ని నీరుగార్చకండి గురువు గారూ!" అని మొక్కుకున్నాడు.

"సరే నాయనా! ఎవరు మాత్రం మర్యాదగా చెప్తే వింటారు? స్వానుభవం అవ్వనిదే ఎవ్వరికీ ఏమీ తెలియదు " అని మనసులోనే అనుకుని "మనోభీష్టా ఫల సిద్ధి రస్తు" అని దీవించారు పంతులు గారు.

★★★

ఆ రోజు తన పెళ్ళయి రెండేళ్ళు అయ్యినందుకు పార్టీ ఇస్తున్నాడు, చిట్టిబాబు ఫ్రెండ్ ప్రసాద్. తన ఫ్రెండ్స్ నందరినీ పార్టీకి పిలిచాడు ప్రసాద్. పార్టీకి వచ్చిన వారందరూ పెళ్ళైన వాళ్ళే, ఒక్క మన చిట్టిబాబు తప్ప. అందరూ పెళ్ళైన తర్వాత జీవితం ఎలా సాగుతోందని మాట్లాడుకుంటున్నారు. నా పెళ్ళాం మంచిదంటే నా పెళ్ళాం మంచిదని గొప్పలు చెప్పుకుంటున్నారు. ఇది చూసి వాళ్ళ కన్నా చిట్టిబాబు ఆనందపడ్డాడు. పెళ్ళైతే ఇంత సంతోషంగా ఉండొచ్చన్న మాట అని మనసులో అనుకున్నాడు. మన చిట్టిబాబు ఆనందం ఎంతోసేపు నిలబడలేదు. ఒక పెగ్గు గొంతులో పడగానే మనసులో ఉన్న బాధను నోటితో కక్కేసారు.

పెళ్ళైన తర్వాత తాము పడే కష్టాలని ఒక్కొక్కరు ఏకరువు పెట్టారు. ఇప్పుడు ప్రసాద్ వంతు వచ్చింది. "ఒరేయ్! అది పెళ్ళాం కాదురా బాబూ! అనుమానం బాంబు. ఈ పెళ్ళాళ్ళు ప్రపంచంలో ఏ విషయాన్నైనా మొగుడి తోనే కంపేర్ చేసి చూస్తారు. అసలు వీళ్ళ టార్గెట్ అంతా మొగుళ్ళే. పక్కింట్లో వాడు ఇంట్లో ఉంటే మీరెందుకు ఇంట్లో ఉండరని, ఎదురింటి వాడు పెళ్ళాన్ని షికార్లకి తిప్పితే మీరెందుకు తిప్పరని, ప్రతీ దానికీ మనల్నే కంపేర్ చేసి చూస్తారు, ఈ మహా తల్లులు.

పెళ్ళి కాకముందు, పెళ్ళి చేసుకుని ఎన్నో వండర్లు సృష్టిద్దామనిపిస్తుంది. కానీ పెళ్ళయిన తర్వాత, ఏం జరుగుతోందా అని వండర్ అవ్వడం తప్ప ఏమీ చేయలేము. కానీ పెళ్ళిలో ఏదో తెలియని మహత్తు ఉంది. ఎక్కడెక్కడో పుట్టి, ఎక్కడెక్కడో పెరిగిన రెండు జీవాలు, పెళ్ళి అనే బంధంతో ముడిపడి, నాణేనికున్న రెండు ముఖాల్లా, ఎడమొహం పెడమొహంలా కొట్టుకుంటూ ఒకే ఇంట్లో కలిసుంటారు. పెళ్ళి తర్వాత పెళ్ళాలని కంట్రోల్ లో పెట్టేద్దాం అని ఓ పగటి కలలు కనేస్తాం. కానీ పెళ్ళి అనేది ఒక భీకారణ్యంలాంటిది. ఈ అడవిలో ఎంతో తొడగొట్టిన భయంకరమైన పులులు కూడా అందమైన లేళ్ళ (లేడీల) చేతులలో బలవ్వాల్సిందేరా! ఒరేయ్ చిట్టీ! ఇక్కడ అందరం పెళ్ళిళ్ళు చేసుకుని అవస్థలు పడ్తున్నాం. ఒక్క నువ్వే పెళ్ళి చేసుకోకుండా సుఖంగా ఉన్నావు. నా మాట విని ఆజన్మ బ్రహ్మచారిగా ఉండిపోరా! ఇది ఒక భార్యాబాధిత మొగుడిగా నా అభ్యర్థన రా! నువ్వైనా బాగుపడరా చిట్టీ!" అని పెళ్ళి మీద తన ఒపీనియన్ చెప్పాడు ప్రసాద్.

ఇవన్నీ ఓపిగ్గా విన్న మన చిట్టిబాబు పంతం మాత్రం మారలేదు. వీళ్ళు తాగేసి వాగుతున్నారని నిశ్చయానికి వచ్చాడు. పెళ్ళి మీద, పెళ్ళాం మీద ఎంతమంది, ఎన్ని రకాలుగా

బురద జల్లాలని చూసినా తను పెళ్ళి చేసుకుందామనే మహత్కార్యాన్ని ఆపకూడదనుకున్నాడు. ఆరునూరైనా, నూరు ఆరైనా పెళ్ళి చేసుకోవాలనే కోరికను చంపుకోలేదు. పెళ్ళి కోసం ప్రయత్నాలు చేస్తూనే ఉన్నాడు.

★★★

ఆఖరికి చిట్టిబాబు ప్రయత్నాలు ఫలించాయి. ఆ దేవుడు ఒక్కసారి మన చిట్టిబాబు వంక చూసి అతని మొర విని పెళ్ళి చేయించాడు. ఇక మన చిట్టిబాబు ఆనందానికి అంతులేదు. తన భార్యారత్నం కామేశ్వరిని కాలు కందనీయకుండా పువ్వుల్లో పెట్టి చూసుకుంటున్నాడు. కామేశ్వరి నోట్లోంచి రావడం పాపం, అవన్నీ క్షణాల్లో సమకూరుస్తున్నాడు. భార్యని బాగా చూసుకోవడం తప్పు కాదు కానీ మరీ ఇలా భార్య అడుగులకి మడుగులు ఒత్తడం తప్పని చెప్పినా ఎవరి మాటా బేఖాతరు అంటున్నాడు మన చిట్టిబాబు. వారి ప్రేమకు సాక్షిగా ఒక అమ్మాయి, ఒక అబ్బాయి పుట్టారు. ఇక పిల్లలు వద్దనుకుని తనే ఆపరేషన్ చేయించుకున్నాడు, ఎక్కడ తన భార్యకి ఆపరేషన్ చేయిస్తే కందిపోతుందోనని. చూస్తుండగానే నాలుగేళ్లు గడిచి ఐదో వసంతంలోకి అడుగుపెట్టారిద్దరూ.

★★★

చిట్టిబాబు మాంచి నిద్రలో ఉన్నప్పుడు ఫోన్ రింగయ్యింది. ఎవరా అని చూస్తే చిట్టిబాబు ఫ్రెండ్ వెంకట్. "ఏంటిరా? ఇంత రాత్రి పూట ఫోన్ చేసావు " అని అడిగాడు చిట్టిబాబు, కళ్ళు తెరవకుండానే.

"బారెడు పొద్దెక్కితే, ఇంకా రాత్రంటావేంట్రా? " అని అడిగాడు వెంకట్.

"సరే! పగలో, రాత్రో ఏదైతేనేం? అసలు విషయం ఏంటో చెప్పరా?" అని గట్టిగా అడిగాడు చిట్టిబాబు.

"ఈ రోజు ప్రపంచ పెళ్ళి రోజంట. మీ ఆవిడకి విషెస్ చెప్తావని ఫోన్ చేసాను రా!" అని చెప్పాడు వెంకట్.

"ఇది చెప్పడానికేనా పొద్దున్నే లేపి మరీ నా నిద్ర పాడు చేసావు. మర్యాదగా ఫోన్ పెట్టేయ్" అని ఒక్క కసురు కసిరి ఫోన్ పెట్టేసాడు చిట్టిబాబు.

ఫోన్ పెట్టేసాక పడుకుందామన్నా ఇక నిద్ర పట్టలేదు మన చిట్టిబాబుకి. పక్కమీదనుంచి లేచి హాల్లోకి వచ్చి సోఫాలో కూర్చున్నాడు. అప్పటికే టీవీలో చాగంటి కోటేశ్వరరావు గారి ప్రవచనాలు వింటూ ఏదో పని చేసుకుంటోంది కామేశ్వరి.

సోఫాలో కూలబడిన చిట్టిబాబుని చూసి "ఏంటి దొరగారు అప్పుడే లేచారు? ఎక్కడికైనా అర్జంటుగా వెళ్ళాలా" అని అడిగింది కామేశ్వరి.

"అర్జెంట్ పనా, పాడా! ఈ రోజు వరల్డ్ మ్యారేజ్ డే అంట. ఆ వెంకట్ గాడు నిద్ర లేపి మరీ ఈ విషయం చెప్పాడు. అప్పటినుండి నిద్ర పట్టక, ఇదిగో ఇక్కడ కూర్చున్నాను " అని చెప్పాడు చిట్టిబాబు.

"అవునులెండి! మీకు మన మ్యారేజ్ డే యే గుర్తుండదు. ఇక వరల్డ్ మ్యారేజ్ డే ఏం గుర్తుంటుంది? ఎవడో ఫోన్ చేసి చెప్తే గానీ మీకు తెలియదు. అటువంటి జ్ఞాపక శక్తి ఉన్న మొగుడ్ని ఇచ్చాడు ఆ దేవుడు" అని గొణుక్కుంటూ కిచెన్ లోకి వెళ్ళి పోయింది కామేశ్వరి.

కామేశ్వరి వెళ్ళిన వైపే చూస్తూ తనలో తాను మాట్లాడుకుంటున్నాడు చిట్టిబాబు. "అసలు వాడు వరల్డ్ మ్యారేజ్ డే చెప్పడమేమిటి, ఇది మా మ్యారేజ్ డే మీద పడడమేమిటి? ఈ ఆడాళ్ళకి మొగుడ్ని సాధించడానికి సమయం, సందర్భం ఉండక్కర్లేదు. అగ్గిపుల్ల, సబ్బుబిళ్ళ, కుక్కపిల్ల కాదేదీ కవితకనర్హం అన్నట్టుగా ప్రతీ చిన్న విషయాన్ని తమకు అనువుగా మార్చుకోగల సమర్థులు. వాళ్ళతో ఏమన్నా ప్రాబ్లమే, అనకపోయినా ప్రాబ్లమే. వాళ్ళను పట్టించుకున్నా ప్రాబ్లమే, పట్టించుకోకపోయినా ప్రాబ్లమే. పొరపాటున ఎప్పుడైనా సరదాగా పొగిడామనుకోండి, ఏంటి నాకు మస్కా కొడదామనుకుంటున్నారా అని అనుమానిస్తారు. పోనీ పట్టించుకోలేదంటే, కట్టుకున్న దాని అచ్చట, ముచ్చట తీర్చట్లేదంటారు. ప్రపంచంలోని సప్తసముద్రాల లోతును అవలీలగా కనుక్కోవచ్చేమో గానీ ఈ ఆడాళ్ళ మనసుల్లో ఏముంటుందో ఎవ్వరూ కనుక్కోలేరు. ఆఖరికి దేన్నైనా సెర్చ్ చేయగానే క్షణాల్లో మనముందుంచే ఆ గూగుల్ కూడా వీళ్ళ గురించి అడిగితే తెల్లముఖం వేసి స్క్రీన్ స్ట్రక్ అయ్యి మనకేసి తింగరి చూపులు చూస్తుంది. టెక్నాలజీకి కూడా అందని అద్భుతమైన మెథడాలజీ వాళ్ళది. పేరుమోసిన సైకియాట్రిస్ట్ కి కూడా చెమటలు పట్టించే సైకాలజీ వాళ్ళది. ఈ ఆడవాళ్ళు మగాళ్ళతో మూడు ముళ్ళు వేయించుకుని మూడు రాత్రులలో ఆ మగాళ్ళ జాతకం చదివేస్తారు. కానీ ఆ మగాళ్ళు మాత్రం ఆడదాని జాతకం చదువుతూనే షష్టిపూర్తి చేసేసుకుంటారు. ప్రతీ మగాడు ఆ ఇంటి ఆడదానితో సారీ ఆవిడ నోటితో పడే అగచాట్లు అన్నీ, ఇన్నీ కావు.

అగచాట్లు అంటే గుర్తొచ్చింది. మన మగాడు పడిన అగచాట్లు ఈ భూ ప్రపంచం మీద ఎవడూ పడడు. చిన్నప్పుడు ఈడు మగాడే కదరా అని చిన్న నిక్కరుతో సరిపెడతారు. ఒక్కొక్క సారి ఆ నిక్కరు కూడా వేయరు అనుకోండి. కొంచెం ఎదిగిన తర్వాత ఏ పండగో, పబ్బానికో మనల్నేమైనా వెరైటీగా తయారు చేస్తారా? అదీ లేదు. మళ్ళీ అదే నిక్కరు, అదే చొక్కా. పోనీ ముచ్చట పడి ఏ ఫంక్షన్ కి వెళ్దామన్నా మగాడివి నువ్వెందుకురా, చదువుకోక అని మనల్ని రానివ్వరు. ఇలాంటివి ఎన్నో అవమానాలు, అవాంతరాలు దాటి యుక్త వయసుకి వస్తాం. పోనీ అప్పుడేమైనా మన మగ జాతిని గౌరవిస్తారా అంటే ఏమో అనే అనాలి. ఎందుకంటే పొరపాటున మంచి ఫ్యాంట్, షర్టు వేసుకుని బయటికి బయల్దేరితే 'ఎక్కడికి బయల్దేరావు? బలాదూర్ లు తిరుగుతూ అమ్మాయిలకు లైన్ వేయడానికి వెళ్తున్నావా?' అని మన మీద అభాండాలు వేస్తారు. మనం ఏదో మన చిన్న చిన్న

ఆనందాలకి ఫ్రెండ్స్ తో తిరుగుతుంటే 'ఇక లాభంలేదు వీడికి పెళ్ళి చేస్తే దారిలో పడతాడు' అని మనకి పెళ్ళి చేసి మన మగ జాతిని తాకట్టు పెడతారు.

ఇక ఇక్కడి నుండి మన సెకండ్ ఇన్నింగ్స్ స్టార్ట్. ఇప్పుడు మన పరిస్థితి పెనం మీద నుండి పొయ్యిలో పడ్డట్టుంటుంది. 'ఎక్కడికి వెళ్ళారు, ఎన్నింటికి వస్తారు, ఇంకా ఎంత సేపు, వస్తున్నారా, లేదా, ఇలా అయితే మా పుట్టింటికి వెళ్లి పోతాను' ఇలాంటి ప్రశ్నలు, బెదిరింపులతో మన బతుకు సాగుతుంది. పోనీ ఏదో కరెక్ట్ టైమ్ కి వండి పెడుతున్నారని కంచం దగ్గర కూర్చుంటే ఇక్కడో బాగోతం. ప్రతి ముద్ద ముద్దకీ బాగుందా, బాగుందా అని ప్రశ్నల వర్షం. బాగుంటే మనమే చెప్తాంగా. బాగోనిది తినలేక, ఆ విషయం పైకి చెప్పలేక చాలా బాగుందని పెద్ద అబద్ధం ఆడాల్సి వస్తుంది. పోనీ రుచిగా వండుదామని ఒకరోజు వంట చేసి చూపిస్తే ఇక మొదలు. మీరే బాగా చేస్తారుగా చేసుకోండి అని మూతి విరుపులు స్టార్ట్. మనం చేయడం చూసి నేర్చుకుని బయట మాత్రం సూపర్ బిల్డప్ లు ఇస్తారు. ఇక్కడ ఒక విషయం మాత్రం ఖచ్చితంగా చెప్పాలండి. ప్రతీ మగాడి విజయం వెనుక ఆడది ఉంటుందంటారు. అది నిజమో కాదో తెలియదు కానీ ప్రతీ ఆడదాని రుచికరమైన వంట వెనకాల మాత్రం ఖచ్చితంగా మగాడి హస్తం ఉంటుంది.

ఇక పిల్లలు పుట్టిన తర్వాత సీన్ ఇంకా బాగుంటుంది. పిల్లల డైపర్ లు మార్చే టైమ్ కి వాళ్ళు వంటింట్లో ఏదో పని ఉన్నవాళ్ళలాగా 'నేను కిచెన్ లో మాంచి పనిలో ఉన్నాను. కొంచెం డైపర్ మార్చండి' అని ఆర్డర్ లు స్టార్ట్. ఇక ఒకటేమిటి, వాళ్ళని తీర్చిదిద్ది పెంచి ప్రయోజకులను చేసేదాకా మనమే. అమ్మో! తలచుకుంటే మైండ్ తిరిగిపోతోందండి. ఈ అవస్థలు ఎవ్వరికీ రాకూడదని, మళ్ళీ జన్మలో ఈ మగ జాతిలో పుట్టకూడదని ఆ దేవుడిని వేడుకుందాం. సారీ ఆ మగ దేవుడు కూడా ఎన్ని కష్టాలు పడుతున్నాడో!

ఎవరో మహాకవి చెప్పినట్టు, అణుకవతో నీ మాట వినే మంచి పెళ్ళాం వస్తే నీలో మార్పేమీ రాదు. అదే ప్రతీ చిన్న విషయానికీ ఎడ్డెమంటే తెడ్డెమనే పెళ్ళాం వస్తే నీలో దాగి ఉన్న ఒక మంచి ఫిలాసిఫర్ బయటకొస్తాడు. ఏంటీ నేను కూడా ఫిలాసిఫర్ లా మారిపోయానా" అని చిట్టిబాబు అనుకుంటుండగా అతని తల మీద ఎవరో గట్టిగా కొట్టినట్టు అనిపించి ఉలిక్కిపడి లేచాడు.

"ఏంటండీ? మళ్ళీ నిద్రలోకి జారిపోయారా?" అని కామేశ్వరి చిట్టిబాబుని కొట్టి, కాదు కాదు ముద్దుగా చేతితో అదిమి లేపుతోంది.

అప్పుడు అర్థమయ్యింది చిట్టిబాబుకి, తనలో నిద్రలేచిన ఫిలాసిఫర్ ని కామేశ్వరి కి కూడా కనిపించనంతగా నిద్రపుచ్చాడని.

హాస్యవల్లరి

పాపం సత్తిబాబు

ఆ రోజు ఆదివారం. మధ్యాహ్నం సుష్టుగా భోజనం చేసి నిద్ర పోయాడు సత్తిబాబు. మొగుడ్ని అప్పుడప్పుడూ మాటలన్నా సమయానికి మాత్రం చాలా రుచికరంగా వండి పెడుతుంది సత్తిబాబు భార్య కనకం. అందుకే కనకం మాట కంచు గానీ మనసు వెన్నపూసని అందరూ అంటుంటారు. ఆ రోజు కనకం చేసిన బిర్యానీని లొట్టలేసుకుంటూ పీకలదాకా తిని ఇదిగో గుర్రు పెట్టి నిద్ర పోతున్నాడు సత్తిబాబు.

★★★

సత్తిబాబు ఒక న్యూస్ పేపర్ కి రిపోర్టర్ గా పనిచేస్తున్నాడు. తను రిపోర్టర్ గా ఉంటూనే అప్పుడప్పుడూ తనలో దాగున్న కవిని కూడా బయటకి తీస్తుంటాడు. అందుకే తను రోజు వారీ అందించే వార్తలతో పాటు కొన్ని కొన్ని కాలమ్స్, కవితలు కూడా రాస్తుంటాడు. ప్రత్యేకంగా చెప్పాలంటే కాలమ్స్ ని హాస్యంగా రాయడంలో సత్తిబాబుది అందె వేసిన చెయ్యి. ముఖం మాడ్చుకుని కూర్చునే వాళ్ళు సహితం ఇతని కాలమ్స్, జోక్స్ ని చదివి నవ్వకుండా ఉండలేరు. అందుకే తన కాలమ్స్ కి, హాస్య చతురతకి చాలామందే అభిమానులు ఉన్నారు.

ఈ ప్రత్యేకత వల్లే ఆ న్యూస్ పేపర్ ఎడిటర్ దృష్టిలో సత్తిబాబుకి మంచి పేరుంది. న్యూస్ సేకరించడంలో కూడా తన ప్రతిభను కనబరుస్తాడు. వారమంతా గొడ్డులా కష్టపడతాడు. కానీ సత్తిబాబుకి ఒక చిన్న వీక్ నెస్ ఉంది. మధ్యాహ్నం భోజనం చేసిన తర్వాత మాత్రం రెండు, మూడు గంటలు ఒళ్ళు తెలియకుండా పడుకుంటాడు. అందుకే సత్తిబాబు గురించి తెలిసిన వాళ్ళు మధ్యాహ్నం పూట ఇతన్ని డిస్టర్బ్ చేయరు, ఆ న్యూస్ ఎడిటర్ తో సహా. రోజూ లాగే ఈ రోజు కూడా భోజనం చేసి పడుకున్నాడు మన సత్తిబాబు.

★★★

మాంచి నిద్రలో ఉండగా ఎప్పుడూ లేనిది అరుపులు, కేకలు వినబడి ఒక్కసారిగా నిద్రలోంచి ఉలిక్కి పడి లేచాడు సత్తిబాబు.

"సత్తిబాబు బయటకి రావాలి. ఆడవాళ్ళందరికీ క్షమాపణ చెప్పాలి. ఆడవాళ్ళ మీద ఇలాంటి కారు కూతలు ఇంకెప్పుడూ కూయకూడదు. సత్తిబాబు బయటకి రావాలి. ఆడవాళ్ళని చిన్న చూపు చూసే మగాళ్ళందరికీ బుద్ధి రావాలి. సత్తిబాబు బయటకి రావాలి " అని ఒకేసారి కొన్ని వందల ఆడవాళ్ళ గొంతులు మైకులో ధ్వజమెత్తడం వినిపించింది సత్తిబాబుకి. నిద్రలో ఉలిక్కి పడి లేచిన సత్తిబాబుకి ఏమీ అర్థం కాక, పక్క మీద నుండి లేచి అమాంతం డోర్ తీసి బయటికి వెళ్ళాడు.

"ఏయ్ ఎవరు మీరు? ఏంటి ఈ గొడవ?" అని మత్తు కళ్ళతో చూస్తూ అడిగాడు సత్తిబాబు.

"ముందు నువ్వు బట్టలేసుకుని రా! ఆ తర్వాత మాట్లాడుదాం " అన్న గార్ధభ స్వరం విని కళ్ళు నులుముకుని చూసాడు.

ఎదురుగా ఆ వార్డు కార్పొరేటర్ కాంతం, సిటీ మహిళా అధ్యక్షురాలు అన్నపూర్ణ, ఇంకా వందల సంఖ్యలో ఆడవాళ్ళు ఉన్నారు. ఇంతమంది తన ఇంటి మీదకు దండయాత్రకి ఎందుకొచ్చారో అర్థం కాక ఆలోచిస్తున్నాడు సత్తిబాబు.

"ఇంకా ఇలాగే నిలబడ్డావే? బట్టలేసుకుని రా!" అన్న కేకలతో ఈ లోకంలోకి వచ్చి పైనుంచి కింద దాకా తనని తాను చూసుకున్నాడు.

ఒంటి పై భాగంలో బట్టల్లేవు. కింది భాగంలో ఊడిపోవడానికి రెడీగా ఉన్న లుంగీ. ఒక్కసారి తన అవతారాన్ని చూసుకుని పరుగు పరుగున లోపలికి వెళ్ళాడు సత్తిబాబు.

ఫ్రెషప్ అయ్యి కాసేపటి తర్వాత బయటకి వచ్చాడు సత్తిబాబు. ఇందాకటి కన్నా ఇంకా పెద్ద గొంతుతో అరుస్తున్నారు ఆ లేడీ దళం.

"రండి మేడమ్! లోపలికి రండి. ఏం తీసుకుంటారు?" అని లోపలికి ఆహ్వానించాడు సత్తిబాబు.

"మేము నీ చేత మర్యాదలు చేయించుకోవడానికి రాలేదు. ఆడవాళ్ళ మీద అవాకులు, చెవాకులు పేలిన నీకు బుద్ధి చెబుదామని వచ్చాము. ఆడవాళ్ళని చులకన చేసి మాట్లాడిన నీవు అందరిముందూ ఈ ఆడవాళ్ళకి క్షమాపణ చెప్పాలి. అంతవరకూ మేము ఇక్కడి నుండి కదిలేది లేదు " అని అప్పటికే కనకం వేసిన కుర్చీల్లో కూర్చున్నారు కాంతం, అన్నపూర్ణ లు. వారిని అనుసరిస్తూ అక్కడున్న వందలాది ఆడవాళ్ళందరూ నేల మీదే బైఠాయించారు.

"నేను ఆడవాళ్ళని కించపరుస్తూ మాట్లాడడమేమిటి మేడమ్. నాకు లేడీస్ మీద మంచి రెస్పెక్ట్ ఉంది మేడమ్. నేను ఎప్పుడూ అలా మాట్లాడను. ఎక్కడో ఏదో పొరపాటు జరిగింది మేడమ్. నేను అలాంటి వాడిని కాదు మేడమ్. నేను ఎక్కడ మాట్లాడానో చెప్పండి మేడమ్ " అని అడిగాడు సత్తిబాబు.

"నోటితో మాట్లాడితే ఒకటి, కలంతో మాట్లాడితే ఒకటా? మొన్న కార్తీక శుక్రవారం నాడు నువ్వు రాసిన ఆర్టికల్ ఆడవాళ్ళని కించపరుస్తూ రాయలేదా?" అని గట్టిగా అడిగింది కాంతం.

"నేను ఆడవాళ్ళని కించపరచమేమిటి మేడమ్? మీరు సరిగ్గా చదవలేదనుకుంటాను. సరిగ్గా చదివి అర్థం చేసుకోండి మేడమ్!" అని అన్నాడు సత్తిబాబు.

"అబ్బా ఛా! మాకు చదవడం, అర్థం చేసుకోవడం రాదులే. ఏమి రాసావో నువ్వే చదివి వినిపించు. మేము అర్థం చేసుకుంటాం " అని ఆ కాలమ్ ఉన్న పేపర్ ని, మైక్ ని సత్తిబాబు చేతిలో పెట్టింది అన్నపూర్ణ. సత్తిబాబు మైక్ లో ఆ ఆర్టికల్ చదవడం ఆరంభించాడు.

★★★

(ఇది ఎవరినీ ఉద్దేశించి రాసినది కాదు. ఎస్పిషియల్లీ ఆడవారిని ఉద్దేశించి అస్సలు రాయలేదు. తోటి మగాడిగా అందరి మగాళ్ళ మనోభావాలను తెలియజేసే ప్రయత్నం మాత్రమే. మీ

సహృదయాలతో నా ఈ ప్రయత్నాన్ని ఆశీర్వదిస్తారని నమ్ముతూ రాసాను. చదివి హాయిగా నవ్వుకోండి. సీరియస్ గా మాత్రం తీసుకోకండని నా రిక్వెస్ట్ మనవి. ఆయ్ మరింకెందుకు లేటు ఆలస్యం. చదివేయండి.)

ఈ రోజు పొద్దున్నే లేవగానే భూమ్మీదే ఉన్నానా లేక స్వర్గంలో ఉన్నానా అన్నంత డౌటనుమానం వచ్చేసిందండి ఈ మట్టిబుర్రకి. ఎందుకంటే రోజూ ఏదో విషయానికి మొగుడ్ని కాల్చుకు తినే మా ఇంటి ఆడది ఒక్కసారిగా మౌనంగా పసుపు, కుంకుమ, అక్షింతలు ఉన్న ప్లేట్ తో, పేద్ద తెపాల నిండా నీళ్ళ తోటి, ఒక ఖాళీ బేసిన్ తోటి నాకు ఎదురయ్యేటప్పటికి నాకు కాస్తంత అర్థం కాలేదండి బాబూ! ఒక్కసారిగా దేవుడు దీనిని నోరు లేని దేవతలా మార్చేసాడా అన్న అనుమానం అయితే వచ్చిందండోయ్! ఆ అనుమానం నిజమయితే బాగుండునని పైకి చూసి మనసులోనే ఆ దేవుడిని ఎంత మంచి పనిచేసావు అని ఎప్రిషియేట్ చేద్దామని నోరు తెరిచానండి.

దేవుడితో మాట్లాడే లోపే ఈ సిట్యుయేషన్ కి మాంచి క్లారిఫికేషన్ వచ్చేసిందండి. "పైకి చూసి నోరెళ్ళబెట్టింది చాలు. మీ కాళ్ళు ఓ సారి ఇటాడేస్తే నేను కడుక్కుని వెళ్ళిపోతాను. ఇది కూడా పూజలో ఒక భాగమంట. ఈ శ్రావణ మాసంలో చన్నీళ్ళతో ఓ సారి కడిగేస్తే ఎల్లకాలం మా కాపురాలు చల్లగా ఉంటాయంట. సాములోరు సెప్పారు. మనసొప్పాపోయినా సాములోరు చెప్పారు కాబట్టి చేయాలి కదా!" అని గొణుక్కుంటూ, సారీ అండీ, గొణుక్కోవడమేటండి, పైకే ఇనపడేట్టు అంటూనే నేను ఇవ్వకపోయినా నా కాళ్ళు తనే లాగేసుకుని, పళ్ళెంలో పెట్టేసి, కడిగేసి, పసుపు కుంకుమ పెట్టేసి, నా చేత్తో తనే అక్షింతలు వేయించేసుకుని, నా కాళ్ళ వేళ్ళ మధ్య నాలుగు అగరొత్తులు వెలిగించేసి నా దీవెనలు కోసం వెయిట్ చేసేస్తోందండి.

"ఏటి అట్టా గుడ్లు తేలేసి చూస్తున్నారు? చూసింది చాలు గానీ నేను బాగుండాలని ఓ సారి దీవించేయండి " అని గదిమింది మా ఇల్లాలు.

నోట్లోనే దీవిత్తే ఎక్కడ తిడుతున్నానో అనుకుంటుందని పైకే "దీర్ఘసుమంగళీ భవ" అని నా చేయి తన తల మీదెట్టి కళ్ళు మూసుకుని మనస్ఫూర్తిగా దీవించేసానండి. కళ్ళు తెరిచి చూసేటప్పటికి చెయ్యి కింద తను లేదండి. నేను దీవించగానే చటుక్కున లోపలికి పారిపోయిందండి మా మహా ఇల్లాలు.

ఇంకా నయం, సాములోరు చన్నీళ్ళని చెప్పారు కాబట్టి సరిపోయింది కానీ వేన్నీళ్ళని చెప్పుంటే సలసలా కాగే వేన్నీళ్ళని సరాసరి పొయ్యిమీంచి నా కాళ్ళమీద పడేసేదేనండి మా తెలివైన ఇల్లాలు.

నాకింకో డౌటనుమానమండీ, వీళ్ళు ఈ శ్రావణ శుక్రవారాల్లో మాంచి కలర్ ఫుల్ చీరలు కట్టేసి, నగలు ఓ.. ఒంటినిండా దిగేసేసుకుని నోములు పేరు చెప్పి పేరంటాలు ఎందుకు పెడతారు అనుకుంటన్నారండి? మా ఆయన ఇవి కొన్నాడు, మా ఆయన అవి కొన్నాడని గొప్పగా నలుగురికీ

చూపించుకోవడానికే కదండీ! నిజంగా వీళ్ళు మెడమీద కత్తెట్టి 'కొంటావా, చస్తావా' అంటే కొంటాం గానీండి, లేకపోతే ఏ మగోడైనా స్వచ్ఛందంగా, ఇష్టంగా కొంటాడేటండి.

వీళ్ళు మాత్రం అవన్నీ చూపించుకుని మా ఆయన బంగారం, మా ఆయన వజ్రం అని ఓ.. మనల్ని పొగిడేస్తారు కానీండి ఇంట్లో మనల్ని అలా చూసుకుంటారా అండి? ఆకలేసేస్తోందిరా బాబూ అని మనం గంట అరిస్తే, విసుక్కుంటా టివి సీరియల్ దగ్గర నుంచి లేచి పరధ్యానంగా మనకో ముద్ద పడేస్తారండి. అందులో వేసిన కూర ఉడికిందో, లేదో, దానిలో ఉప్పుందో, లేదో కూడా వాళ్ళకి పట్టదండి. మహా ఇల్లాళ్ళు. వాళ్ళకి మాత్రం పండగలకి, పబ్బాలకి వాళ్ళ ముచ్చట తీర్చేయాలంతేనండి.

ఇంకో సీక్రెట్ రహస్యమండి, మీ చెవి ఇలా పడేయండి. గట్టిగా అంటే వాళ్ళు విన్నారనుకోండి మహా చెడ్డ మాటొచ్చేస్తాదండి. ఆ సీక్రెట్ ఏటంటే, వీళ్ళు దేవుడుని వేడుకునేటప్పుడు వచ్చే జన్మలోనైనా మంచి మొగుడు రావాలని కోరుకుంటారు కదండీ! అంటే వీళ్ళని మనం సరిగ్గా చూసుకోవట్లదనే కదండీ మీనింగు. ఏటండీ వీళ్ళకి మనం చేసిన అన్యాయం? గొడ్డులా నెలంతా కష్టపడిన సొమ్ము వీళ్ళ చేతుల్లోనే పోస్తున్నామా, వీళ్ళు ఏదడిగితే అది క్షణాల్లో ఎరేంజ్ చేసేస్తున్నామా, వీళ్ళు ఏది వండితే అది నోర్మూసుకుని పల్లెత్తు మాటాడకుండా తినేస్తున్నామా, మళ్ళీ వీళ్ళు అడిగినప్పుడు బాగోకపోయినా ఆ వంటలకి గుడ్ సర్టిఫికేట్ ఇచ్చేస్తున్నామా, వీళ్ళ షోకులకి షికార్లకి ఏరోజైనా అడ్డు చెప్పామా? మరేటండి వీళ్ళకి మనం చేసిన బేడ్? ఇంకా చెప్పాలంటే మనమే అనుకోవాలండి, వచ్చే జన్మలో మంచి పెళ్ళాం రావాలని. ఈ మాట మాత్రం చెవుల్లోనే అట్టిపెట్టేయండి. నోటితోటి రానీయకండి. వస్తే తర్డ్ వరల్డ్ వార్ వచ్చేస్తుందండి.

సాములోరు సెప్పారు కాబట్టి వీళ్ళు మనల్ని పూజించారు కానీండి లేకపోతే మన కాళ్ళు వీళ్ళు కడగడమేటండి? ఇంకో మూడో, నాలుగో శుక్రవారాలు ఇలాగే కడుగుతారంటండి. నాక్కూడా తెలియదండి, మా భార్యా బాధిత సంఘాల గ్రూపుల్లో ఎవడో ఆనందంగా పోస్ట్ పెడితే తెలిసిందండి. ఇయర్ మొత్తం మనల్ని ఫుట్ బాల్ ఆడుకున్న వీళ్ళ చేత ఇలా కాళ్ళు కడిగించుకోవడం అనే కాన్సెప్ట్ మాత్రం మాంచి వెరైటీగా ఉందండి. ఏదైతేనేమండీ ఒక్కోసారి దేవుడు మన వైపు కూడా ఉన్నాడని అనిపిస్తుందండి. లేడీస్, మనల్ని గౌరవించే నెల కూడా ఒకటి పెట్టి చాలా హెల్ప్ చేసాడండి ఆ దేవుడు.

చివరాఖరుగా మా మగాళ్ళందరికీ, సారీ అండీ, భార్యా బాధిత మొగుళ్ళందరికీ శ్రావణ మాసం శుభాకాంక్షలండి. ఆయ్ ! ఉంటానండి. నేను శుభాకాంక్షలు చెప్పినట్టు మా ఇల్లాలికి మాత్రం చెప్పకండే. మాటొచ్చేస్తాదండి.

ఇట్లు.....మీ సత్తిబాబు

★★★

చదవడం పూర్తయిన తర్వాత "ఇందులో ఆడవాళ్ళని కించపరుస్తూ ఎక్కడ మాట్లాడాను మేడమ్!" అని అడిగాడు సత్తిబాబు.

"ఆడవాళ్ళని ఇంత దిగజార్చి మాట్లాడి, ఇంకా ఏం మాట్లాడానని అడుగుతున్నావా? మా ఆడవాళ్ళ మనో భావాలు దెబ్బ తిన్నాయి. కంటికి రెప్పలా చూసుకునే నీ భార్యని ఎంత నీచంగా మాట్లాడావు. పాపం చూడు. సిగ్గుతో ఎలా తలవంచుకుందో? " అని కనకం కేసి చూపించింది కాంతం.

అందరితో పాటు తనూ చూసాడు కనకాన్ని. ఎప్పుడూ లేనిది మర్యాదగా చీర ఒంటి నిండా కప్పుకుని తల దించుకుని ఉంది. ఎవరికి తెలిసినా తెలియక పోయినా సత్తిబాబుకి మాత్రం ఒకటి తెలుసు, కనకం తలదించుకుని తనలో తాను ముసి ముసి నవ్వులు నవ్వుకుంటోందని.

"ఏం సత్తిబాబు? ఇక్కడ అందరిముందూ ఆడ జాతికి క్షమాపణ చెప్తావా? కోర్టుకు లాగమంటావా?" అని అడిగింది అన్నపూర్ణ.

"నాకు తెలిసుండి నేను ఎవరినీ కించపరచలేదు. ఒకవేళ మీ మనోభావాలు దెబ్బతిన్నాయనిపిస్తే ఒక్కసారి మా ఎడిటర్ గారితో మాట్లాడి, అవసరమైతే పత్రికా ముఖం గానే క్షమాపణ చెప్తాను మేడమ్ " అని అన్నాడు సత్తిబాబు.

"సరే! నువ్వు ప్రెస్ వాడివి కాబట్టి ఇప్పుడు వదిలేస్తున్నాము. రేపు ఈ టైమ్ కల్లా నీ నుండి క్షమాపణలు రాలేదా, ఇంతకు మించి రాద్ధాంతం జరుగుతుంది. ఇంకెప్పుడూ కూడా ఇలాంటి తింగరి రాతలు రాయకు " అని ఉచిత సలహా ఇచ్చి అక్కడ నుండి బయల్దేరారు కాంతం, అన్నపూర్ణ లు.

ఈ పూటకి ఎలాగోలా తప్పించుకున్నానని మెల్లగా లోపలికి వెళ్ళాడు సత్తిబాబు.

★★★

ఆఫీసుకి వెళ్ళడం, వెళ్ళడం తన బాస్ రూమ్ లోనికి డైరెక్ట్ గా దూరిపోయాడు సత్తిబాబు. తన మీద మంచి ఇంప్రెషన్ ఉన్న తన బాస్ తన కోసం ఏమైనా చేస్తాడన్న కాన్ఫిడెన్స్ తో నిన్న జరిగినదంతా ఏకరువు పెట్టాడు సత్తిబాబు.

"చూసానయ్యా సత్తిబాబూ! నిన్న అన్ని ఛానల్స్ లోనూ మీ భాగోతమే ప్రసారమయ్యింది" అని అన్నాడు ఎడిటర్.

"సార్! మీరే ఏదో ఒకటి చేయండి సార్! నాకు వాళ్ళకి క్షమాపణ చెప్పడం ఎంతమాత్రం ఇష్టం లేదు. అయినా అది మీరు చూసాకే కదా సార్ ప్రింట్ చేసారు. మీరే నాకు ఏదో ఒక ఐడియా ఇవ్వండి సార్!" అని మొర పెట్టుకున్నాడు సత్తిబాబు.

హాస్యవల్లరి

"సారీ సత్తిబాబు! ఆడవాళ్ళ మనో భావాలు బాగా దెబ్బతిన్నట్టున్నాయి. చూడు అందరి ముఖాలు ఎంత కోపంగా ఉన్నాయో! ఆ నాలుగో వరుసలో మూడో ఆవిడని చూడు. ఎంత క్రూరంగా చూస్తోందో. ఆవిడని గుర్తు పట్టావా?" అని వీడియోని జూమ్ చేసి చూపించాడు ఎడిటర్.

"సార్! ఆవిడ మేడమ్ గారు కదా! నేను మేడమ్ గారి మనోభావాలు కూడా దెబ్బ తీసానా సార్?" అని అడిగాడు సత్తిబాబు.

"అదే సత్తిబాబు నేను చెప్పేది. మా ఆవిడ మనోభావాలు దెబ్బతిన్నాక నేను ఇందులో దూరితే ఏమవుతుందో తెలుసుగా. నువ్వు తెలివైన వాడివి. నీకు నేను వేరేగా చెప్పక్కర్లేదు " అని చెప్పాడు ఎడిటర్. పరిస్థితి మొత్తం అర్థమయ్యి తెల్ల ముఖం వేసాడు సత్తిబాబు.

కొత్తపల్లి రవికుమార్

సర్కారు వారి పన్ను

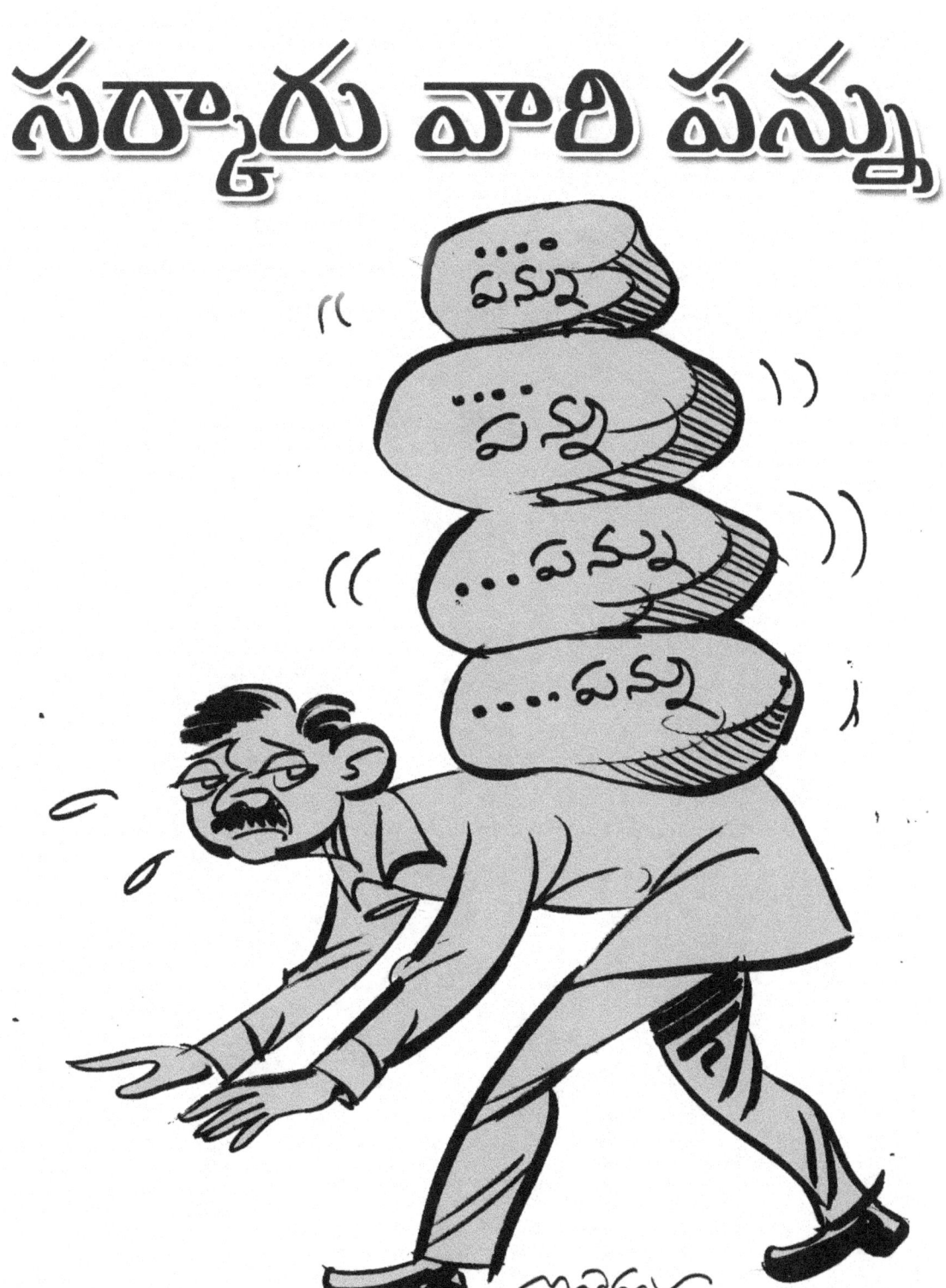

"నీకు ఎన్నిసార్లు చెప్పాను? ఆరుబయట ఆరు బట్టల కంటే ఎక్కువ ఆరేయవద్దని. అన్ని బట్టలు ఎందుకు ఆరేసావు?" అని ఇంట్లోకి వస్తూనే రంకెలు వేస్తున్నాడు మన్మథరావు.

"ఏంటండి మీరు మరీనూ? రెండు నెలల నుండీ ఐదారు బట్టలు ఆరేసుకుంటూ వస్తుంటే అన్ని బట్టలు అవ్వట్లేదని, ఈ రోజు ఇలాగ ఆరేసానండి" అని సమాధానమిచ్చింది గజలక్ష్మి.

" నీకే, నువ్వు బాగానే చెప్తావు గజం! మన ఏరియా వాలంటీరు చూసాడంటే ఇక అంతే సంగతులు. పన్ను రాసి వెళ్లిపోతాడు. ఆ పన్నులు కట్టలేక ఛస్తున్నాను. మొన్నటి వరకు పన్ను రాసి, బిల్లు ఇచ్చి, అమౌంట్ ఇక్కడే కలెక్ట్ చేసుకుని వెళ్లిపోయేవారా? ఇప్పుడు ఆ పన్నుల బిల్లులను మా జీతాలకి లింక్ పెట్టారు. నెలంతా మన దగ్గర వసూలు చేసే పన్నులు మా జీతంలో కత్తిరించి మిగిలిన బెత్తెడు జీతం చేతిలో పెడుతున్నారు.

గత నెలలో నువ్వు అప్పడాలు, వడియాలు బయట ఎండ పెట్టావని వెయ్యి రూపాయలు పన్ను రాసారు. ఆ మధ్య నేను వద్దని ఎంత చెప్పినా వినిపించుకోకుండా నువ్వు గోడల మీద జాడీలు ఎండబెట్టావా? అది చూసి ఐదు వందలు పన్ను రాసారు. అంతెందుకు మొన్నటికి మొన్న నేను బండి సైడు స్టాండు వేసానని రెండు వందలు పన్ను రాసారు. పోనీ అదేమైనా రోడ్డుమీదా అంటే కాదు. మన ఇంటి ముందే. బండి మెయిన్ స్టాండ్ వేయాలంట. ఇలాంటి పన్నులతో పెంచిన జీతంతో పాటు పాత జీతంలో కూడా చాలా కట్టయిపోతోంది. ఈ సంసారాన్ని ఎలా నెట్టుకురావాలో నాకర్థం కావట్లేదు. ఇంత చెప్తున్నా ఇంకా అర్థం కానట్టు క్వశ్చన్ మార్కు ఫేస్ వేసుకుని చూస్తావేంటి? ముందు అర్జంటుగా ఆ ఆరేసిన బట్టలు తీసేయ్ " అని ఏకరువు పెట్టాడు మన్మథరావు.

ఇంకా ఆలస్యం చేస్తే ఏం విరుచుకు పడతాడోనని మొగుడు చెప్పినట్టు గబగబా బట్టలు తీసి లోపలికి పరిగెట్టింది గజలక్ష్మి.

★★★

"సార్! ఈ నెల నుంచి కేబుల్ బిల్లు మూడొందలు పెంచుతున్నాం సార్!" అని చెప్పాడు కేబుల్ బిల్లు తీసుకోవడానికి వచ్చిన ఆ ఏరియా కేబుల్ అబ్బాయి.

మన్మథరావు గొంతులో వెలక్కాయ పడినట్టయ్యింది. "అదేంటయ్యా! ఇప్పటివరకు నెలకు కేబుల్ బిల్లు రెండొందలే. అమాంతం మూడొందలు పెంచేస్తే ఎలా?" అని అడిగాడు.

"మేము మాత్రం ఏం చేస్తాం సార్! కరెంట్ స్తంభాలకి మా కేబుల్ వైర్లు కడితే స్తంభానికి ఇంత చొప్పున అన్ని స్తంభాలకి పన్ను రాస్తున్నారు. మేమెక్కడినుండి తెస్తాం సార్! మీకిష్టమైతే కంటిన్యూ చేయండి. లేకపోతే కేబుల్ వైరు లాగేస్తాం" అని ఖరాఖండిగా చెప్పేసాడు ఆ కేబుల్ అబ్బాయి.

ఇంట్లో ఆడదానికి ఆ మాత్రం కూడా ఎంటర్ టైన్ మెంట్ కూడా ఇవ్వకపోతే వాళ్ల టైమ్, కాన్సన్ ట్రేషన్ అంతా మొగుళ్ల మీదే పెడతారన్న నగ్న సత్యాన్ని గ్రహించిన మన్మథరావు తప్పక కేబుల్ కంటిన్యూ చేయాల్సి వచ్చింది.

★★★

"మన్మథా! ఒరేయ్ మన్మథ రావూ!" అన్న గావు కేకలకు మాంచి నిద్రలో ఉన్న మన్మథరావుకి మెలుకువ వచ్చింది.

సెల్ ఆన్ చేసి టైమ్ చూసాడు. ఉదయం ఐదున్నర అయ్యింది. ఈ సమయంలో వచ్చింది ఎవరయ్యింటారు అని నిద్ర కళ్లతో తూలుతూ తలుపు తీసాడు. ఎదురుగా పక్కింటి షణ్ముగం కనపడ్డాడు.

"ఏరా? ఏదైనా అప్పు కావాలంటే లేచాక అడగాలి కానీ లేపి కాదురా!" అని అన్నాడు మన్మథరావు.

"అదికాదురా మన్మథా! నేను హౌస్ టాక్స్ కట్టేసానని చెప్పాను కదా! అయినా నేను టాక్స్ కట్టలేదని మా ఇంట్లో సామాను జప్తు చేయడానికి జప్తు చేసే లారీ వేసుకొచ్చారు. టాక్స్ కట్టానని ఎంత చెప్పినా వినట్లేదు. ఒకసారి రారా బాబూ! నువ్వైనా వాళ్లకి అర్ధమయ్యేట్టు చెప్పరా!" అని వేడుకున్నాడు షణ్ముగం.

"సరే సరే! వస్తున్నాను పద. చొక్కా వేసుకుని వస్తాను పద. నువ్వు ముందు వెళ్లి ఆపు" అని చెప్పి చొక్కా వేసుకుని బయల్దేరాడు మన్మథరావు.

"ఏమయ్యా! మా వాడు హౌస్ టాక్స్ కట్టేసాడు కదయ్యా! ఇవిగో బిల్స్" అని హౌస్ టాక్స్ బిల్లులు చూపించాడు మన్మథరావు.

అవి చూసి "ఇవి పాత టాక్స్ ల ప్రకారం కట్టిన బిల్లులండీ! ఇప్పుడు టాక్స్ లు మారాయి. ఆ ప్రకారం ఈయన ఇంకా ఏడువేల చిల్లర బాకీ ఉన్నాడు. అందుకే మా కమీషనర్ గారు ఈయన ఇంట్లో నుండి ఏదో విలువైన వస్తువు పట్టుకు రమ్మని పంపించారు" అని చావు కబురు చల్లగా చెప్పాడు ఆ జప్తు చేసేవాడు.

"ఒరేయ్ మన్మథా! టాక్స్ లు పెరిగినట్టు నాకు తెలియదు. ఎప్పటిలాగే గడువు లోపలే టాక్స్ కట్టేసాను. ఇలా అవుతుందని నాకు తెలియదురా!" అని వాపోయాడు షణ్ముగం.

"నీకేంటి? నాకూ తెలియదు" అని మనసులో అనుకుని పైకి మాత్రం గంభీరంగా "ఈరోజే మా వాడు వచ్చి ఆ మిగతా టాక్స్ కడతాడు. ఇప్పుడు మాత్రం ఈ జప్తు కార్యక్రమం ఆపండి. ఈ వీధిలో కొద్దో గొప్పో పరువున్నవాడు మా షణ్ముగం. అతని పరువు తీయకండి" అని జప్తు చేసే వాళ్లకు చెప్పి పంపేసాడు మన్మథరావు.

"ఇప్పుడేం చేద్దాం రా మన్మథా?" అని అమాయకంగా అడిగాడు షణ్ముగం.

హాస్యవల్లరి

"చేసేదేముంది. సర్కారు వారి పన్ను కట్టాల్సిందే! ఈరోజే వెళ్లి కట్టేయ్!" అని సలహా ఇచ్చాడు మన్మథరావు.

ఇంతలో తను కూడా టాక్స్ కట్టాలని గుర్తుకు వచ్చి "నువ్వు వెళ్లేటప్పుడు చెప్పరా! నాక్కూడా అక్కడ పనుంది" అని బయటపడకుండా చెప్పాడు మన్మథరావు.

★★★★★

కొత్తపల్లి రవికుమార్

అందం కేరాఫ్ ముకుందం

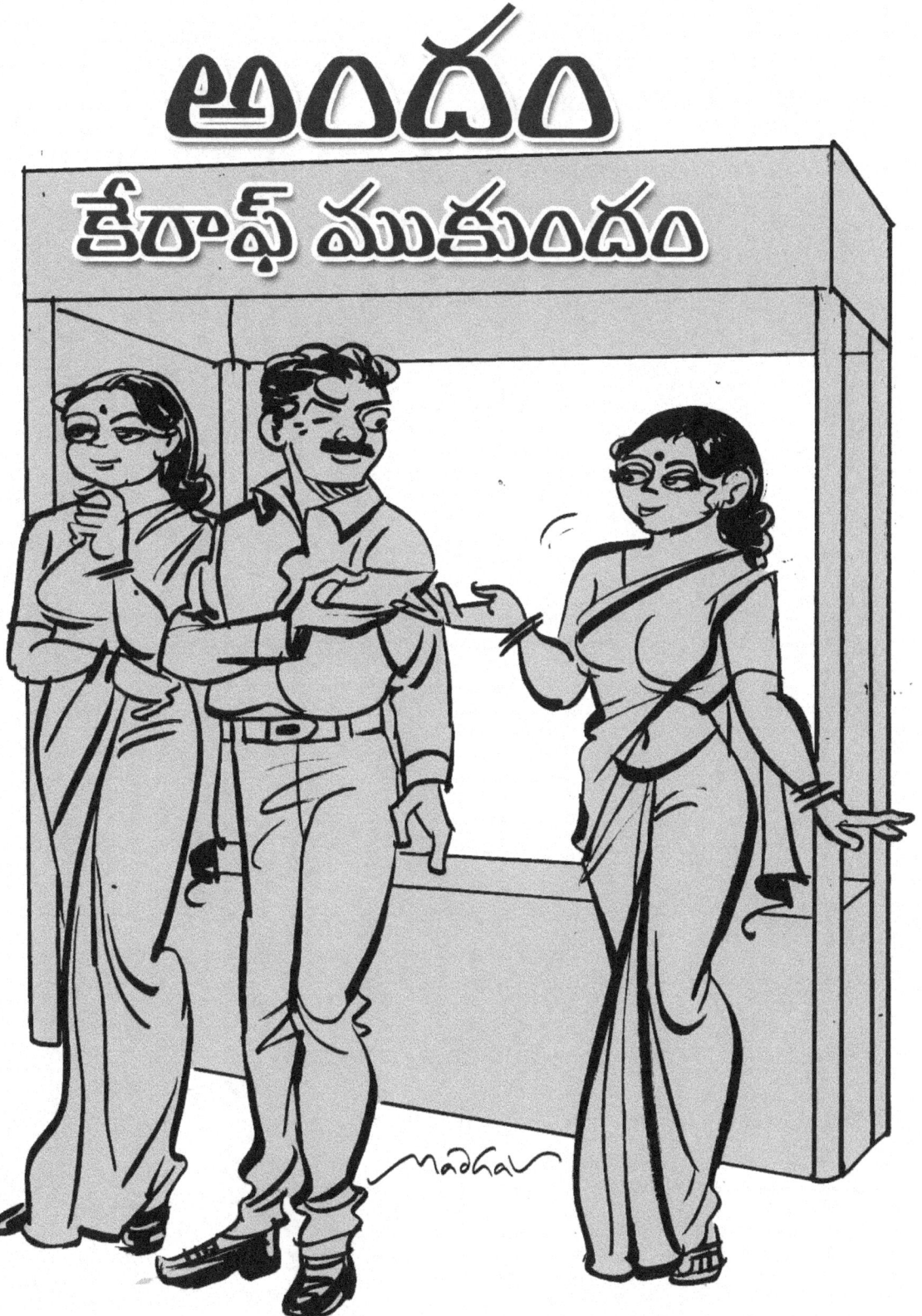

"ఆ అద్దం ముందు ఎంత సేపు ఉంటారండి? మా ఆడవాళ్ల కన్నా దారుణంగా తయ్యారయ్యారు. మాకంటే తప్పదు. నుదుటున బొట్టు, కళ్లకు కాటుక, ఏదో అద్దీ అద్దనట్టు కొంచెం పౌడర్ పూసుకోవాలి. అందంగా చీర కట్టుకోవాలి కాబట్టి మేము అద్దం ముందు ఉన్నామంటే అర్థముంది. మీరేంటండీ బాబూ? మాకు పోటీగా అంతంత సేపు అద్దం ముందు గడుపుతారు" అని అడిగింది కామేశ్వరి.

"ఒసేయ్ పిచ్చి మొహమా! స్వతహాగా అందం లేనిది ఆడది, మన్మథుని రూపంతో పుట్టిన వాడు మగాడే. అందుకే ఆడవాళ్లకి బ్యూటీ పార్లర్ లు ఉన్నాయి కానీ మగాళ్లకి ఉండడం చూసావా? మరి అంత అందంగా పుట్టిన మేము కనీసం కొంతసేపైనా మా అందాన్ని ఆస్వాదించుకోవద్దా?" అని అద్దం నుండి ముఖం తిప్పకుండా అడిగాడు ముకుందం.

"సర్లేండి మాట్లాడుకోక మాట్లాడుకోక మీ అందం గురించే మాట్లాడు కోవాలి. మీరు ఇంకా అద్దం ముందు నుండి లేవకపోతే అక్కడ నా బస్సు వెళ్లిపోతుంది. రండి త్వరగా!" అని ముకుందాన్ని కంగారు పెట్టింది కామేశ్వరి.

ముకుందం, కామేశ్వరిల పెళ్ళి జరిగి ఏడాది కావొస్తోంది. ప్రతిరోజూ కామేశ్వరిని బస్టాప్ లో బస్సు ఎక్కించి తను ఆఫీసుకి బయల్దేరతాడు మన ముకుందం. కామేశ్వరి ఎక్కే బస్సు వచ్చేలోగా బస్సుల కోసం వెయిట్ చేసే అమ్మాయిలను, ఆంటీలను తన కళ్లతో జుర్రుకుని ఆనందపడడం ముకుందం దినచర్య. ఈ విషయం కామేశ్వరి గమనించకపోలేదు. కానీ వెధవ మగబుద్ధి ఇంతేనని సరిపెట్టుకుంటుంది.

కామేశ్వరి అరుపు విని అద్దం ముందునుంచి లేస్తూ చివరాఖరిగా నుదుటిమీద పడేటట్టు ఫంకు లాగి కామేశ్వరి ముందుకు వచ్చాడు ముకుందం. ఇద్దరూ బయలుదేరి బస్టాప్ కి వచ్చారు. అప్పటికే అక్కడ చాలామంది ఆడవాళ్లు బస్సుకోసం వెయిట్ చేస్తున్నారు. ఇక మన ముకుందం ఆనందానికి అంతులేదు. అందరి ఆడవాళ్ల వంక ఓరకంట చూస్తున్నాడు. సడన్ గా ముకుందం చూపు ఒక యుక్త వయస్సు అమ్మాయి దగ్గర ఆగింది. ఆ అమ్మాయి కూడా కైపుగా మన అందాల ముకుందాన్నే చూస్తోంది. ముకుందం తన నుదుటి మీద పడ్డ శోభన్ బాబు రింగ్ ను తిప్పుతున్నాడు. మెళ్లో ఉన్న గోల్డ్ చైన్ పైకి కనబడేలా అటూ ఇటూ తిప్పుతున్నాడు.

ఆ అమ్మాయి మెల్లిగా ముకుందం దగ్గరకు వచ్చి నవ్వుతూ మాటలు కలిపింది. ముకుందాన్ని రాసుకుని, పూసుకుని కబుర్లు చెబుతోంది. కామేశ్వరి ఇదంతా గమనిస్తోంది. పక్కనే ఉన్న తన భార్య ఎక్కడ తనను అనుమానిస్తుందోనని ఆ అమ్మాయికి దూరంగా జరుగుతున్నాడు. అయినా ఆ అమ్మాయి మరల మరల ముకుందానికి దగ్గర అవుతోంది. తనని కామేశ్వరి కోపంగా చూడడం గమనించాడు ముకుందం.

వెంటనే ఆ అమ్మాయి వైపు తిరిగి "ఏంటండీ? జరుగుతున్న కొద్దీ మీది మీదికి వస్తున్నారు. మా లాంటి అందమైన మగాళ్లని బతకనివ్వరా? నాకు పెళ్లైయ్యింది, తెలుసా! నేను శ్రీరాముడి టైపు.

పరాయి ఆడదాన్ని నేను కన్నెత్తి చూడను. మీలాంటి ఆడవాళ్ల కోసమే నేను నీతులు కూడా చెబుతుంటాను. ఇదిగోండి ఈ కాగితంలో ఆడది ఎలా ఉండాలో విపులంగా ఉంది. చదువుకుని బాగు పడండి. నాలాంటి అభాగ్యులను టార్గెట్ చేయకండి" అని తన భార్యకు వినపడేటట్టు గట్టిగా మాట్లాడి, ఒక కాగితం ఆ అమ్మాయికి ఇచ్చాడు.

ఇదంతా చూసి కామేశ్వరి చాలా సంతోషించింది. కామేశ్వరి తనను మెచ్చుకోలుగా చూడడం గమనించాడు ముకుందం. ఆనందంతో ఉబ్బితబ్బిబ్బై పోయాడు. ఇంతలో కామేశ్వరి ఎక్కవల్సిన బస్సు వచ్చింది. సంతోషంగా బస్సు ఎక్కించి ఆఫీసుకి బయల్దేరాడు ముకుందం.

★★★

రాత్రి డిన్నర్ కి డైనింగ్ టేబుల్ మీద అన్నీ సర్దుతోంది కామేశ్వరి. ముకుందం అద్దం ముందు కూర్చుని అందానికి మెరుగులు దిద్దుకుంటున్నాడు.

"మహానుభావా! మీరు ఆ అద్దం ముందునుంచి లేస్తే భోజనం చేద్దాం. నా కడుపులో ఎలుకలు పరుగెడుతున్నాయి. రండి స్వామీ!" అని ముద్దుగా పిలిచింది కామేశ్వరి.

తన భార్య అలా ముద్దుగా పిలిచేటప్పటికి, ఈరోజు పొద్దున్న జరిగిన బస్టాప్ ఎపిసోడ్ గుర్తుకువచ్చింది ముకుందానికి. తన భార్య తనని అమితంగా నమ్ముతోందని గర్వపడి పోయాడు. ఎగురుకుంటూ వచ్చి డైనింగ్ టేబుల్ మీద వాలాడు. తనకెదురుగా పెట్టిన ప్లేటు మీద ఒక గిన్నె బోర్లించడం చూసి ఆశ్చర్య పోయాడు.

"ఏంటి కాముడూ! కొత్తగా గిన్నె బోర్లించావు" అని అడిగాడు ముకుందం.

"ఈరోజు బస్టాప్ లో చేసిన పనికి నేను ఫిదా అయిపోయానండి. అందుకే మీకీరోజు మంచి స్పెషల్ డిష్ చేసాను. తనివితీరా తినండి స్వామీ!" అని మరల ముద్దుగా చెప్పింది కామేశ్వరి.

ఆనందంతో గిన్నె తీసి చూసాడు ముకుందం. ఆ ప్లేట్ లో కాగితం చూసి ఒక్కసారిగా షాక్ కొట్టిన కాకిలా అయిపోయాడు. కామేశ్వరి కేసి తింగరి చూపులు చూస్తున్నాడు.

"స్వామీ! నచ్చిందా? మీకు ఇష్టమైన డిష్. పొద్దున్న బస్టాప్ లో మీరు ఆ అమ్మాయికిచ్చిందే! నా ముందు వెధవ బిల్డప్ ఇచ్చి, మీ ఫోన్ నెంబర్ ఇచ్చి, తీరిగ్గా ఉన్నప్పుడు కాల్ చేయ్ అని రాసిచ్చిన కాగితం. నా దగ్గరకు ఎలా వచ్చిందా అని ఆలోచిస్తున్నారా? అంత ఆలోచించి మీ అందమైన జుట్టుని పీక్కోకండి. ఆ అమ్మాయి నా బెస్ట్ ఫ్రెండ్. షీ టీమ్ లో చేస్తోంది. అర్జంట్ డ్యూటీ వల్ల మన మ్యారేజికి రాలేదులెండి. మీ గురించి చెప్తే తనే ఈ సలహా ఇచ్చింది. బాగుందా డిన్నర్? ఇక తినండి" అని వెటకారంగా అంది కామేశ్వరి.

ఇక చేసేదేమీ లేక డిన్నర్ అయ్యిందనిపించి లేచాడు ముకుందం. ఆ రోజు రాత్రి ఎలా నిద్దరపట్టిందో తెలియదు గానీ తర్వాత రోజు కామేశ్వరి కంటే ముందుగానే రెడీ అయ్యాడు బస్టాప్ కి.

హాస్యవల్లరి

కాంతం
వైఫ్ ఆఫ్ షణ్ముగం

షణ్ముఖరావు తన జీవితాన్ని పెళ్లికి ముందు, పెళ్లి తర్వాత అని విడదీసి చూడడం మొదలు పెట్టాడు. ఎందుకంటే పెళ్లికి ముందు బ్యాచిలర్ లైఫ్ ని ఒక రేంజ్ లో ఎంజాయ్ చేసిన మన షణ్ముగం, పెళ్లి తర్వాత అందులో టెన్ పర్సెంట్ కూడా ఎంజాయ్ చేయట్లేదనే చెప్పుకోవాలి.

పెళ్లి కాకముందు అమ్మాయిల సైకాలజీ ని అర్థం చేసుకున్న లవర్ బాయ్ లా ఉండేవాడు. తన బ్యాచిలర్ లైఫ్ లో అబ్బాయిలతో ఎలా తిరిగాడో, అమ్మాయిలతో కూడా అలాగే తిరిగేవాడు. తనకు పరిచయమైన అందమైన అమ్మాయిలను ఇట్టే తన వైపు తిప్పుకునేవాడు. అంతగా అమ్మాయిల సైకాలజీని ఒడిసి పట్టుకునేవాడు. అందరూ మనవాడి టాలెంట్ ని చూసి ఈర్ష్య పడేవారు. కొందరైతే మనవాడి దగ్గర ట్యూషన్ లు పెట్టించుకుని మరీ అమ్మాయిల సైకాలజీని నేర్చుకునేవారు. అబ్బాయిలేంటి, అమ్మాయిలు కూడా మనవాడి టాలెంట్ కి ఫిదా అయిపోయేవారు. షణ్ముగం తో తిరిగితే వాళ్లు ఒక సోషల్ స్టేటస్ కి సింబల్ గా ఫీల్ అయ్యేవారు. అంతగా యూత్ ని ఎట్రాక్ట్ చేసి చెలరేగిపోయేవాడు మన షణ్ముగం.

చంద్రకాంతంతో పెళ్లి అయ్యిన తర్వాత సీన్ మొత్తం రివర్స్ అయ్యింది. ఎంత చదువుదామనుకున్నా పెళ్లాం సైకాలజీ ప్రత్యేకంగా చంద్రకాంతం సైకాలజీ అస్సలు అర్థమవ్వట్లేదు మన షణ్ముగానికి. ఆడవాళ్ళ సైకాలజీ ని బాగా చదివిన వాడిలా, పెళ్ళయిన కొత్తలో తనకున్న అన్ని అలవాట్లను చంద్రకాంతానికి చెప్పేసాడు. అదే మనవాడి కొంప ముంచింది. షణ్ముగం సైకాలజీని అణువణువూ చదివేసింది. పెళ్ళయిన ఈ ఆరేళ్ళల్లో షణ్ముగానికున్న ఒక్కొక్క అలవాటును మాన్పిస్తూ వచ్చింది. మందును బంద్ చేయించేసింది. స్మోకింగ్ ని త్రోయింగ్ చేయించేసింది. పేకాటను పేకప్ చేయించేసింది. బ్యాడ్ ఫ్రెండ్ షిప్ ని ఎవాయిడ్ చేయించేసింది. ప్రతీ మగవాడి విజయం వెనుక ఒక ఆడది ఉందో లేదో తెలియదు గానీ, షణ్ముగం తిరుగుళ్లు మానడానికి వెనుక ఖచ్చితంగా చంద్రకాంతం ఉంది. అందుకే చంద్రకాంతానికి భయపడి, సారీ... చంద్రకాంతం నోటికి భయపడి కుక్కిన పేనులా పడి ఉంటున్నాడు మన షణ్ముగం.

పెళ్లైన కొత్తలో తన పెళ్లానికి తెలియకుండా ఫ్రెండ్ మ్యారేజ్ పార్టీకి వెళ్లాడు. ఆ పార్టీలో మందు ఎక్కువయ్యి అర్థరాత్రి తూలుతూ, తూగుతూ ఇంటికి వచ్చాడు. అప్పటికే మొగుడి కోసం వేయి కళ్లతో, సారీ... ఉన్న రెండు కళ్లు పెద్దవి చేసి భద్రకాళిలా ఎదురు చూస్తోంది. షణ్ముగం లోపలికి రాగానే మూడు బిందెల నీళ్లు అతని తలమీద గుమ్మరించింది. మత్తు దిగేంత వరకు అన్నం పెట్టలేదు. మత్తు దిగిన తర్వాత అన్నం పెట్టి ఏడుపు అందుకుంది. నా మొగుడు నాకు అన్యాయం చేస్తున్నాడని వీధంతా వినబడేటట్టు గగ్గోలు పెట్టింది. తన పర్మిషన్ ఉంటేనే గానీ ఒంటి మీద చేయి వేయనివ్వని కాంతం ఇలా అరిచేసరికి, బలవంతంగా పెళ్లాన్ని ఏదైనా చేస్తున్నాడని అందరూ తనని అనుమానిస్తారని చంద్రకాంతం కాళ్లా వేళ్లా పడ్డాడు. ఆ రోజు నుంచీ భార్య అడుగుజాడలలో అడుగులు వేసి బతుకుతున్నాడు.

★★★

ఈ మధ్య చంద్రకాంతం తన పెద్దనాన్న పోయాడని పుట్టింటికి వెళ్లాల్సి వచ్చింది. వెళ్తూ, వెళ్తూ జాగ్రత్తలు చెప్పి మరీ వెళ్లింది. జాగ్రత్త అంటే ఇల్లు జాగ్రత్త, మొగుడి ఆరోగ్యం జాగ్రత్త అనుకునేరు. నేను లేనని వెధవ వేషాలు వేయకుండా జాగ్రత్తగా ఉండమని మొగుడికి వార్నింగ్ తో కూడిన జాగ్రత్తలు చెప్పింది. కాంతం ఇలా బయట అడుగు పెట్టిందో లేదో, షణ్ముగం బాటిల్ మేట్స్, గ్లాస్ మేట్స్ మొత్తం సరంజామాతో దిగిపోయారు.

"మీరేంట్రా ఇలా అప్పుడే ఊడి పడిపోయారు? మా ఆవిడ ఊరెళ్లిందని మీకెవరు చెప్పారు?" అని అడిగాడు షణ్ముగం.

"ఇదిగో ఈ సుబ్బిగాడే తీసుకొచ్చాడురా! మీ ఇంట్లో చేసే పనిమనిషే, సుబ్బిగాడి ఇంట్లో కూడా చేస్తోందిలే! ఆ పనిమనిషి నీ పెళ్లాం ఊరెళ్తోందని వీడి భార్యతో చెప్పడం వీడు చాటుగా విన్నాడట. వెంటనే ఆ న్యూస్ మా అందరి చెవినా వేసాడు. ఇదిగో ఇలా వాలిపోయాము " అన్నాడు షణ్ముగం చిన్ననాటి స్నేహితుడు వామనరావు.

"అయినా చాలాకాలం తర్వాత ఫ్రెండ్సందరూ ఇంటికి వస్తే ఆనందపడాలి గానీ అలా ఆశ్చర్య పోతావేరా షణ్ముగం?" అని అడిగాడు సుబ్బిగాడు.

"అదేం లేదురా! సడన్ గా ఏదో గ్రహం నుండి టక్కున ఊడి పడేటప్పటికి కొంచెం భయంతో కూడిన ఆశ్చర్యంతో చూసానులే!"

"రా మావా! ముందు ఒకటేసి ఆ తర్వాత తీరిగ్గా మాట్లాడుకుందాం" అని మందు పార్టీకి జెండా లేపాడు కూర్మావతారం.

"ఒరేయ్! ఇప్పుడివేమీ వద్దురా! నేను మందు తాగడం మానేసానుగా!" అని అన్నాడు షణ్ముగం.

"ఒరేయ్ షణ్ముగం! నువ్వు మందు తాగడం మానేసావంటే అస్సలు నమ్మబుద్ధి అవ్వటం లేదురా! అసలు ఎలా మానేసావురా!" అని అడిగాడు ఎన్నాళ్ల తర్వాతో కలిసిన ఎన్ ఆర్ ఐ ధర్మరాజు.

"ఏం చేస్తాం! అంతా హత విధి. మా ఆవిడ మహా సాధ్వి. ఆవిడ పుణ్యమా అని అన్నీ మానేసాను" అని చెప్పాడు షణ్ముగం.

"ఏమైనా నువ్వు ఈ రోజు వేయాల్సిందే! చాలాకాలం తర్వాత రాజుగాడు కూడా స్టేట్స్ నుండి వచ్చాడు. లెట్స్ ఎంజాయ్" అని అన్నాడు సుబ్బిగాడు.

"వద్దురా! నన్ను ఒదిలేయండిరా బాబూ!" అని దణ్ణం పెట్టాడు షణ్ముగం.

"ఒరేయ్ షణ్ముగం! నా గురించి ఒక్క పెగ్గు ఏయి మామా! లేకపోతే మన ఫ్రెండ్షిప్ మీద ఒట్టు. అయినా నన్ను చూసినా నీకు అలా ఎలా మాట్లాడాలనిపించిందిరా?" అని అడిగాడు కూర్మావతారం.

"చెప్పాను గదా! మా ఆవిడ చాలా మంచిదని. నేను మళ్లీ ఇలాంటివి చేసానని తెలిస్తే బాధపడుతుందని అలా అన్నాను లేరా!" అని అన్నాడు షణ్ముగం.

"ఎవరు పెళ్లాలు మంచోళ్లు కాదురా! ఈరోజుకి అలాంటి మాటలన్నీ బంద్! ఎలాగూ మీ ఆవిడ అప్పుడే రాదుగా! ముందు ఎంజాయ్ చేయిరా!" అని తనో సిప్ తాగి, షణ్ముగం నోటితో ఒక సిప్పు తాగించాడు సుబ్బిగాడు.

అందరూ పీకలదాకా తాగి మాంచి మత్తులో ఉన్నారు. అప్పుడు మాట్లాడడం మొదలు పెట్టాడు ధర్మరాజు.

"అయనా షణ్ముగం! ఎలా ఉండే వాడివి, ఎలా అయ్యిపోయావురా? పెళ్లికాకముందు మా అందరికీ రోల్ మోడల్ లా ఉండేవాడివి. ఇప్పుడేంట్రా మన్ను తిన్న పాములా అయ్యిపోయావు?" అని షణ్ముగం భుజం మీద చేయి వేసి జాలిగా అడిగాడు ధర్మరాజు.

ధర్మరాజు అంత ఆప్యాయంగా అడిగేసరికి షణ్ముగానికి కంటి నిండా నీళ్లు ఒక్కసారిగా మున్సిపల్ టేప్ లా బయటకి వచ్చాయి. కళ్లు తుడుచుకుని తన వైవాహిక జీవితం ముచ్చట్లన్నీ రీల్ పార్టు వేసి మరీ చెప్పాడు. అందరూ షణ్ముగం పరిస్థితికి బాధపడి, ఓదార్చి ఎవరి దారిన వాళ్లు వెళ్లి పోయారు.

★★★

చంద్రకాంతం పుట్టింటినుండి వచ్చింది. వస్తూనే ఇల్లంతా పరికించి చూసింది. తను ఉన్నప్పుడు ఎలా ఉందో ఇప్పుడు కూడా ఏ సామాను ఎక్కడ ఉండాలో అలా సర్ది ఉన్నాయి. కాంతానికి ఏ అనుమానం రాలేదని తనకు తానే భుజం కొట్టుకుని శభాష్ అనుకున్నాడు.

ఇంతలో "నేను లేనప్పుడు మీరు, మీ ఫ్రెండ్స్ తో మందేసి చిందులేసారు గదా!" అని అడిగింది చంద్రకాంతం.

ఆ మాటకు గతుక్కుమన్నాడు షణ్ముగం. ఇంత బాగా మేనేజ్ చేసినా దీనికి ఎలా తెలిసిపోయిందా అనుకున్నాడు. ఇదే మాట ధైర్యంగా తన భార్యామణిని అడిగాడు.

"అవునే కాంతం! ఇల్లంతా బాగా సర్ది ఉంది కదా! అన్నీ నీటుగా ఉన్నాయి. నేను, నా ఫ్రెండ్స్ తో మందేసానని నీకెలా తెలిసింది?" అని అడిగాడు షణ్ముగం.

"ఆ, ఏముంది! అక్కడ పెట్టిన మూడు ఆపిల్ వెనిగర్ సీసాలు ఖాళీ అవ్వడం చూసి. మత్తులో మీరు, మీ ఫ్రెండ్స్ మందనుకుని అవి కూడా ఖాళీ చేసేస్తేనూ!" అని నిజం బయటపెట్టింది చంద్రకాంతం.

ఇక నిజం తెల్సిన తర్వాత చేసేదేమీ లేదని పెళ్లానికి సంజాయిషీ ఇచ్చుకున్నాడు షణ్ముగం. ఆ రోజు నుండీ పూర్తిగా మారిపోయాడు షణ్ముగం. ఇక తన భార్యకు అనుమానం రాకుండా గుళ్లూ, గోపురాలు తిరుగుతున్నాడు. ఇంట్లో ఉన్నంత సేపు రామాయణం, మహాభారతం లాంటి గ్రంధాలు చదువుతున్నాడు. కాంతం చూసినప్పుడల్లా లేని వాళ్లకు దాన ధర్మాలు చేస్తున్నాడు. తను మారిపోయాడని అతని భార్య అనుకుంటోందని సంబర పడిపోయాడు షణ్ముగం.

ఒకరోజు కాంతం తన ఫ్రెండ్ తో మాట్లాడుతుంటే చాటుగా వింటున్నాడు షణ్ముగం.

"ఈ నేల మీద చాలవన్నట్టు, ఆ స్వర్గంలో కూడా అప్సరసలతో తైతక్కలాడడానికి దాన ధర్మాలు చేసి రెడీ అవుతున్నాడే మా ఆయన!" అని చెబుతోంది కాంతం.

"ఓరినాయనో! వీళ్లు ఆడవాళ్ళా, అనుమానపు ఆటం బాంబులా? నేను మారిపోయి మనస్ఫూర్తిగా పూజలు చేసినా ఇలా అర్థం చేసుకుందా?" అని జుట్టు పట్టుకున్నాడు షణ్ముగం.

కొత్తపల్లి రవికుమార్

కరోనా పాస్

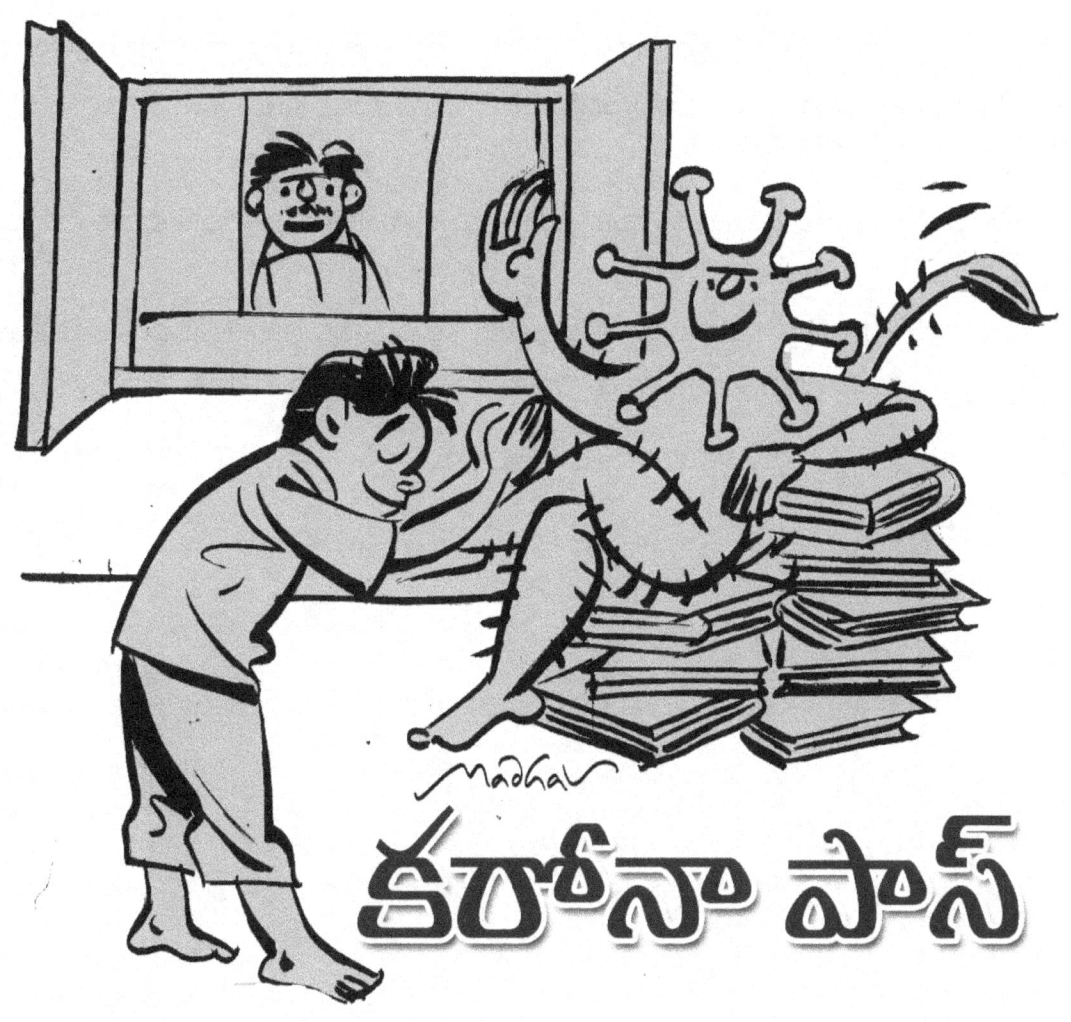

ఉదయాన్నే లేచి వాకింగ్ చెయ్యకపోతే నాకు ఆ రోజు మొదలుపెట్టినట్టు అనిపించదు. రోజూలాగే పొద్దున్నే 5 గం॥ లకు లేచి కాలకృత్యాలు తీర్చుకుని వాకింగ్ కి బయల్దేరాను. నా బెడ్ రూమ్ లోంచి రాగానే గట్టిగా మంత్రాల శబ్దం వినబడి పూజగది వైపు వెళ్ళాను. నా పుత్రరత్నం నిఖిల్ పూజ చేయడం చూసి ఆశ్చర్యపోయాను. ఒక్కసారి నా కళ్ళు నేను బాగా నలుపుకుని చూసాను, నిద్ర మత్తులో ఏమైనా అపోహ పడ్డానేమోనని. కానీ నా కళ్ళు నన్ను మోసం చేయలేదు, వాడు నిఖిలే. చెవుల్లో గుడి కట్టుకుని వంద సార్లు అరిస్తేనే గాని లేవని నిఖిల్ అదీ లేచేది పది గంటలకి, ఈ రోజు వాడిని చూసి మూర్ఛపోయినంత పనయ్యింది.

వాడు ఇప్పుడు పదోతరగతి చదువుతున్నాడు కాదు కాదు, పాసైపోయాడు. కరోనా పుణ్యమా అని ఎగ్జామ్ హాల్ టికెట్ నెంబర్ కూడా తెలియకుండా పాసైపోయాడు. ఇన్నాళ్ళ నా చరిత్రలో ఇలాంటి ఘోరాన్ని చూడడం ఇదే మొదటి సారి. ఏ మానాన ఆ మహమ్మారి కరోనా ఎంటర్ అయ్యిందో గానీ, ఆ రోజు నుంచి వీళ్ళ చదువు సద్దుమణిగిపోయింది.

పాపం వీడు చదివే ఆ స్కూల్ వాళ్ళు ఫీజుల కోసమో, మరి దేనికోసమోనైనా సరే, ఆన్ లైన్ క్లాస్ లు బాగానే జరిపించారు. ఉదయం 8:30 నుండి సాయంత్రం 4:30 వరకు ఆన్ లైన్ క్లాస్ లు. మధ్యలో రెండు గంటలు గ్యాప్. కానీ లేపగా లేపగా వీడు లేచేది పది గంటలకి. ఫ్రెషప్ అయ్యి క్లాస్ లకి కూర్చొనేది 11 గంటలకి. అదేమిట్రా కొన్ని క్లాస్ లు మిస్ అయ్యిపోయావు అంటే లాంగ్వేజ్ క్లాస్ లు, నాకొచ్చు అంటాడు. మిగతా క్లాస్ లు కూడా ఏం వింటున్నాడో ఏమో మాకైతే డౌటే. ఆ స్కూల్ వాళ్ళు మాత్రం ఏం చేస్తారు, పేరెంట్స్ కి ఫోన్ ల మీద ఫోన్ లు చేయడం తప్ప. ఇప్పుడు లాంగ్వేజ్ లే కాదు అన్ని సబ్జెక్టుల్లో వీడికి అన్నీ వచ్చు. ఎందుకంటే వీడు పాసైపోయాడు.

నా కొడుకు పూజ చేస్తున్న ఫోటోకేసి చూసి నా కళ్ళు బైర్లు కమ్మాయి. వాడు పూజ చేసే ఫోటో మరెవరిదో కాదు, కరోనా రక్కసిది. రాత్రికి రాత్రి ఆ కరోనా బొమ్మ డౌన్ లోడ్ చేసి పటం కట్టించి తీసుకొచ్చాడు. రాత్రి హడావుడిగా తిరుగుతుంటే పాసయ్యానని ఫ్రెండ్స్ తో ఈ ఆనందాన్ని పంచుకుంటున్నాడు అనుకున్నాను కానీ వీడు చేసిన పని ఇది.

పూజ మధ్యలో ఆపడం ఎందుకని పూజంతా అయిన తర్వాత దగ్గర కూర్చోబెట్టుకుని అడిగాను. "ఏమిట్రా? దేవుళ్ళు ఎవరూ లేనట్టు ఈ కరోనా రాక్షసి కి పూజ చేయడమేమిట్రా?" అని అడిగాను. దానికి వాడి సమాధానం విని ఒక్కసారిగా నా మైండ్ బ్లాక్ అయ్యింది.

"మమ్మల్ని పాస్ చేసిన దేవత నాన్నా! ఎవరు ఎంతలా పరీక్షలు పెడదామనుకున్నా మా దేవత అడ్డుపడింది. పరీక్షలు జరగకుండా తన ప్రాణాన్ని అడ్డు పెట్టింది. మా కోసం ఎక్కడో చైనా నుండి వచ్చి మాకు అండగా నిలిచిందంటే ఆలోచించు. కరోనా ఎంత గొప్ప దేవతో. ఇప్పుడు నేనే కాదు అందరూ కరోనా ను పూజిస్తున్నారు. మా ఫోన్ లలో స్క్రీన్ సేవర్ కూడా ఈ మహాతల్లిదే. ఇంకా

చెప్తే ఆశ్చర్యపోతావు. మా ఫ్రెండ్స్ ఇద్దరు, ముగ్గురు కరోనా బొమ్మని టాటూ కూడా వేయించుకున్నారు" అని చెప్పాడు.

నిన్న టి.వి.లో పరీక్షలు రద్దు అన్న న్యూస్ చూసిన తర్వాత వీడు మావైపు చూసిన చూపు చూడాలి. ఏదో ఐఏఎస్ ఫస్ట్ ర్యాంకర్ లా ఫోజు కొట్టాడు. ఇన్నాళ్ళూ రాత్రింబవళ్లు కష్టపడి, చెమటోడ్చి పాసయ్యిన ఫీలింగ్ ఇచ్చాడు. వాడు ఎలా చదివాడో, చదువుతాడో ఒక తండ్రిగా నాకు తెలియదా! అది ఆ దిక్కుమాలిన కరోనా వల్ల డల్లర్, టాపర్ అని తేడా లేకుండా అందరినీ ఒక తాటి మీదకి తీసుకొచ్చి పాస్ అనే సర్టిఫికెట్ ఇచ్చిందిరా అంటే వాడు నా వైపు జాలిగా ఒక చూపు చూసాడు.

నిజమే! ఈ కరోనా కారణంగా పరీక్షలు రద్దవ్వడం వల్ల నిజంగా నష్టపోయింది టాపర్సే. భవిష్యత్తులో ఏదైనా ఉన్నత స్థాయి చదువులకు గానీ, ఉద్యోగాలకి గానీ వెళ్ళి నప్పుడు వీళ్ళకంటూ స్పెషల్ ఐడెంటిడీ ఏముంటుంది? అఫ్ కోర్స్, ఎంట్రన్స్ పరీక్షలు, ఇంటర్వ్యూస్ ఉన్నా చివరికి సర్టిఫికెట్స్ వెరిఫికేషన్ కదా! ఆ వెరిఫికేషన్ లో అందరి రిపోర్ట్ ఒక్కటే, పాస్ అనే నాలుగు అక్షరాలు. వీళ్ళ చిన్న బ్రెయిన్ లకు ఈ విషయాలు అర్థం కావట్లేదు. అలాగని మనలాంటి వాళ్ళు చెప్పినా వినే స్థితిలో లేరు. ఇది ఇంతటితో ఆగితే పర్వాలేదు. ఐఏఎస్, ఐపిఎస్ లాంటి ఉన్నత చదువులకు కూడా పాకితే, బతకడానికి ఇప్పుడున్న చిన్నపాటి ధైర్యం కూడా ఉండదు. దొంగలే పోలీసులుగా, అక్షరాలు రాని వాళ్ళు కలెక్టర్ లుగా, వీధి రౌడీలే రాజకీయ నాయకులుగా, నిశాని గాళ్ళు నియంతలుగా

మారి సమాజాన్ని భ్రష్టు పట్టిస్తారు. అటువంటి ఘోరమైన సమాజాన్ని కూడా మన కళ్ళతోనే చూస్తామేమో!

ఏదేమైనా కరోనా మన దేశంలో పాస్ అవుతూ అందర్నీ పరీక్షల్లో పాస్ చేసింది, భవిష్యత్తు ప్రశ్నార్థకంగా.

హాస్యవల్లరి

నానో కథలు

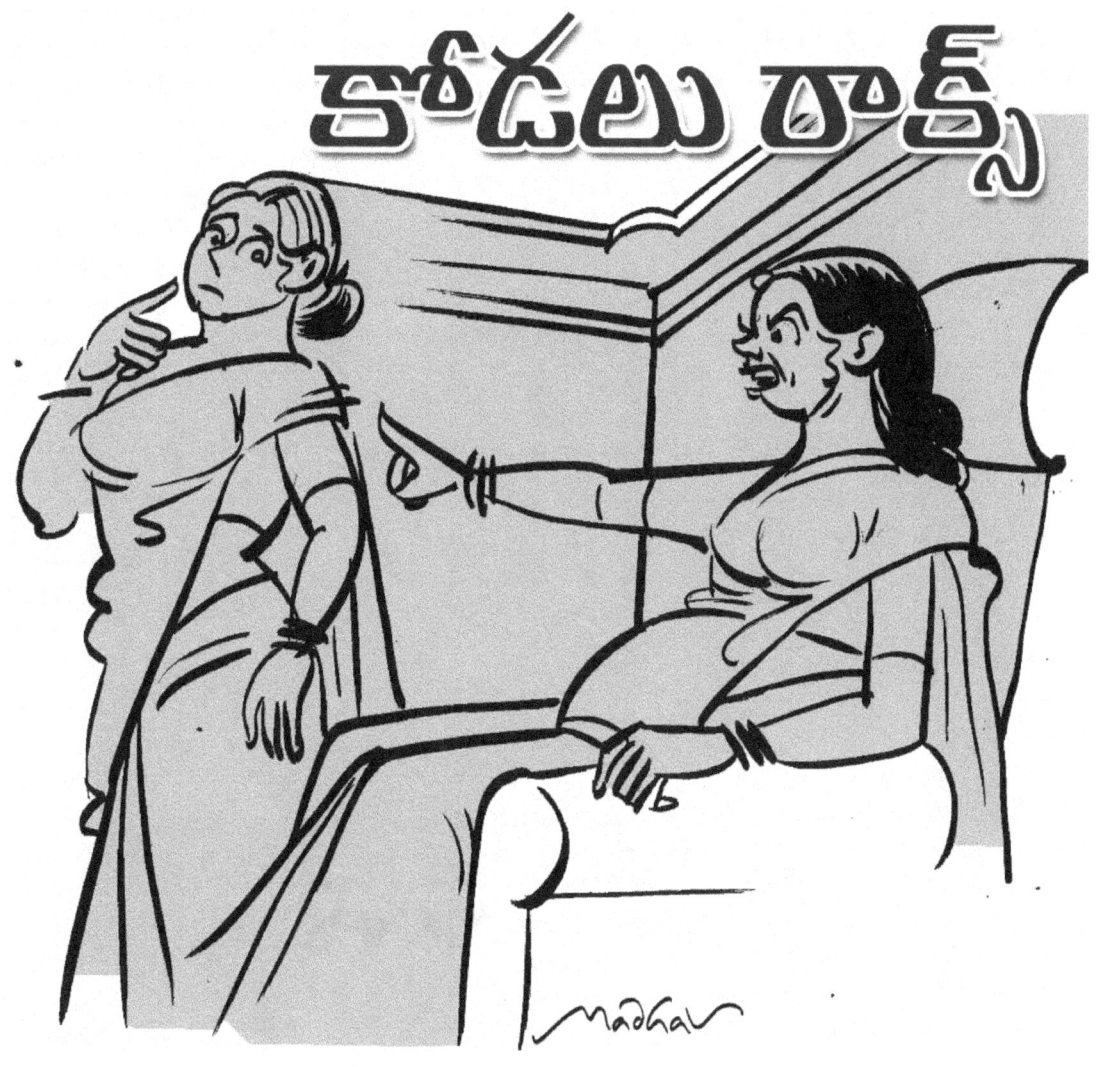

కొత్తపల్లి రవికుమార్

కోడలు రాక్స్

కొడుకు ప్రేమను కాదనలేక కాంచనతో తన కొడుకు శివరామ్ పెళ్లి చేసింది మంగతాయారు. ఇద్దరిదీ ప్రేమ పెళ్లి కావడంతో మంగతాయారు ఆశించిన కట్నం రాలేదు. కానీ కొడుకు, కోడళ్లిద్దరూ సాఫ్ట్ వేర్ ఉద్యోగులు అవ్వడంతో కొంత ఊరట చెందింది.

కానీ అనుకున్న ఆశ తీరకపోతే ఆ బాధ మనసులో ఉంటుందిగా! అలాగే మంగతాయారుకి కూడా మనసులో బాధ ఉండిపోయింది. అందుకే ఆ బాధను అప్పుడప్పుడూ కోడల్ని సూటిపోటి మాటలతో సతాయిస్తూ తీర్చుకుంటోంది. కాంచన బాగా చదువుకున్న అమ్మాయి అవ్వడం, పెళ్లికి ముందే ఈ సిట్యుయేషన్ ఊహించింది కాబట్టి అత్తగారు అన్న మాటలు పెద్దగా పట్టించుకునేది కాదు. శివరామ్ ఇది గమనించకపోలేదు. కానీ అమ్మకు ఎదురు చెప్పలేక చూస్తుండిపోయేవాడు.

ఆ రోజు ఆదివారం. శివరామ్, కాంచనలిద్దరికీ సెలవు రోజు కావడంతో ఇంట్లోనే ఉన్నారు. హాల్లో సోఫాలో కూర్చుని ఫోన్ మాట్లాడుతోంది మంగతాయారు. ఆ హాల్లోనే కూరలు తరుగుతోంది కాంచన.

ఫోన్ మాట్లాడడం అయ్యిన తర్వాత "చూసావా! మా తమ్ముడి కొడుక్కి పెళ్లి కుదిరిందట. పాతిక లక్షలు కట్నమంట. దేనికైనా అదృష్టముండాలి. శివరామ్ చిన్నప్పుడే వాళ్ల నాన్న పోవడంతో అపురూపంగా పెంచుకున్నాను. వాడి మాట తీసేయలేకపోయాను. పైసా కట్నం తీసుకోకుండా నిన్ను కోడలిగా తెచ్చుకున్నాను " అని కాంచనను దెప్పి పొడిచింది మంగతాయారు. ఆ మాటలకు నవ్వుకుంటూ వంటింట్లోకి వెళ్లిపోయింది కాంచన.

ఇలా తనను మాటలంటున్నా తన ఇంటి పరువు కోసం మౌనంగా భరిస్తోంది కాంచన. రోజులు ఇలా గడుస్తుండగా కాంచన నెల తప్పింది. ఇప్పుడు ఐదోనెల. మొదటి కాన్పు కావడంతో వేవిళ్లు బాగా వస్తున్నాయి. అవి తట్టుకోలేక కాంచన సెలవు పెట్టింది. శివరామ్ కూడా కాంచనకు తోడుగా సెలవు పెట్టాడు.

అప్పుడే వాంతి చేసుకుని సోఫాలో కూలబడింది కాంచన. వెనకాలనుంచి మంగతాయారు మాట వినపడుతోంది. "కడుపుతో ఉన్నప్పుడు ఆ పిజ్జాలు, చిప్స్ లాంటి అడ్డమైన గడ్డి తినకూడదు. ఇప్పుడు నువ్వు ఏవి తింటే అవే నీకు పుట్టబోయే బిడ్డకు అలవాటవుతాయి. నేను కడుపుతో ఉన్నప్పుడు ఏవి తిన్నానో అవే శివరామ్ కి కూడా అలవాటయ్యాయి" అని సతాయించింది మంగతాయారు.

ఇన్నాళ్లూ ఎంతో శాంతంగా ఓర్చుకున్నా, ఇక ఇప్పుడు ఓర్చుకోలేకపోయింది కాంచన. "మీరు కడుపుతో ఉన్నప్పుడు సిగరెట్లు కాల్చకుండా, మందు తాగకుండా ఉండాల్సింది అత్తయ్యా!" అని అంది కాంచన.

చేసేదేమీలేక ఏడవలేక నవ్వాడు శివరామ్. ఇక ఆ రోజు నుంచీ మాట్లాడకుండా కృష్ణా, రామా అంటూ కాలాన్ని వెళ్లదీసింది మంగతాయారు.

కొత్తపల్లి రవికుమార్

మా అమ్మాయి...జాగ్రత్త

రవి, శిరీషల పెళ్లి అంగరంగ వైభవంగా జరిగింది. ఇద్దరి తరపు పెళ్లివారు పెద్దమొత్తంలో హాజరయి ఇద్దరినీ దీవించారు. చాలా సంతోషంగా ఉన్నారు.

ఇక పెళ్లి ఆఖరి ఘట్టానికి చేరుకున్నారు. అదే అప్పగింతల ఘట్టం. శిరీష, శిరీష తల్లిదండ్రులు రమణ, రత్నమాల ముఖాలు బాధతో వాడిపోయి ఉన్నాయి. ముగ్గురూ కన్నీళ్ల పర్యంతమయ్యారు. అప్పటిదాకా పెళ్లవుతోందన్న ఆనందంలో నవ్వుతున్న రవి కూడా వారిని చూసి సైలెంట్ అయ్యిపోయాడు. ఆ సమయంలో రవికి తెలియదు అదే తనకు ఆఖరి నవ్వని, శిరీష కి ఆఖరి ఏడుపని.

ఆ అప్పగింతల కార్యక్రమంలో రవి కాళ్లు కడిగి, శిరీష చేయి రవి చేతిలో పెడుతూ "మా అమ్మాయి....జాగ్రత్త బాబూ" అని అన్నాడు రమణ.

అన్ని తంతులు ముగించుకుని సిటీలో కాపురం పెట్టారు నవ దంపతులు. ఇక మన రవి కష్టాలు స్టార్ట్ అయ్యాయి. శిరీషకు పొయ్యి వెలిగించడం కూడా రాదు. పెళ్లికి ముందు నాకు వంట వచ్చునని శిరీష ముందు గొప్పకు పోయినందుకు, పర్మినెంట్ కుక్ అయ్యిపోతాడనుకోలేదు. పొద్దున్నే వంట వండి, ఆఫీసుకి వెళ్లి, మళ్లీ ఇంటికి వచ్చి వంట వండడం మహా ఇబ్బందిగా ఉంది రవికి.

అప్పటికీ ఒకసారి నోరు తెరచి "సిరీ! నువ్వు వంట నేర్చుకోవచ్చుగా!" అని శిరీషను అడిగాడు.

"అయ్యో! ఎందుకు నేర్చుకోనండీ? నాకూ నేర్చుకోవాలనే ఉంది. కానీ తీరా నేను నేర్చుకుని సరిగా వండకపోయాననుకోండి, అది పారబోసి మరల మీరు వండడం డబుల్ పనండి. పైగా నేను వండింది పారబోస్తే డబ్బులు దండగ కూడానూ! మిమ్మల్ని అలా కష్టపెట్టడం ఇష్టం లేకే డైరెక్ట్ గా మిమ్మల్నే వండమంటున్నాను " అని సమాధానమిచ్చింది శిరీష.

ఆ సమాధానం విని మరింక చేసేదేమీలేక కామ్ గా తన పని చేసుకునేవాడు. రోజూ ఈ వంట పనితో విసిగి వేసారిన రవి ఒకరోజు తన మావగారికి ఫోన్ చేసాడు.

"మావగారూ! మీ అమ్మాయికీ వంటతో పాటు ఏ పనీ రాదని ముందే ఎందుకు చెప్పలేదు?" అని అడిగాడు రవి.

"అదేమిటి నాయనా! నీకు చెబుదామని ఎన్నోసార్లు ప్రయత్నించాను. కుదర్లేదు. అప్పటికీ అప్పగింతలప్పుడు చెప్పాను కదా! మా అమ్మాయి...జాగ్రత్తని " అని చెప్పాడు రమణ.

"అప్పగింతలప్పుడు అమ్మాయి కి, జాగ్రత్తకి గ్యాప్ ఇస్తే బాధలో ఇచ్చారనుకున్నాను. మా అమ్మాయితో జాగ్రత్త అని చెప్పారనుకోలేదు. అజ్ఞాన పీనుగుని కదా!" అని ఫోన్ పెట్టేసి, సాయంత్రం వంటకి రెడీ అయ్యాడు మన రవి.

కొత్తపల్లి రవికుమార్

బాబోయ్ దెయ్యం

పద్మని పెళ్ళి చేసుకుని కొత్తగా కాపురానికి తీసుకొచ్చాడు చంటి. ఎన్నో సంబంధాలు చూసీ చూసీ ఆఖరికి అందంగా ఉందని పద్మకి ఓకే చెప్పాడు మన చంటి. సిటీ సెంటర్ లో మంచి ఇల్లు అద్దెకు తీసుకున్నాడు.

పద్మకి ఒక మహ చెడ్డ అలవాటు ఉంది. అదేంటంటే ప్రతిరోజూ రాత్రి ఒక హర్రర్ సినిమా చూసి పడుకోవడం, నిద్రలో ఆ హర్రర్ సినిమా గుర్తు తెచ్చుకుని భయంతో ఉలిక్కిపడి లేవడం.

మొదట్లో పద్మ ప్రవర్తన చంటికి కొత్తగా అనిపించేది. రాను రాను అలవాటు చేసుకున్నాడు. నిద్రలో ఉలిక్కిపడి లేచిన భార్యను సముదాయించి పడుకోబెట్టడం నేర్చుకున్నాడు.

ఒకరోజు అర్జంటుగా ఆఫీసు పనిమీద చెన్నై వెళ్లాల్సి వచ్చింది చంటికి. కొత్తగా పెళ్లైన పెళ్లాన్ని ఒంటరిగా వదిలి వెళ్లడం ఇష్టం లేక పద్మ అమ్మని తోడుగా పెట్టి చెన్నై వెళ్లాడు. నాకు చెన్నైలో ఒక వారం రోజులు పని ఉంటుంది, కంగారు పడవద్దని చెప్పి మరీ వెళ్లాడు.

చంటి చెన్నై వెళ్లిన మూడో రోజు రాత్రి చాన్నాళ్లైందని ఈవిల్ డెడ్ సినిమా చూస్తోంది పద్మ. కూతురి పక్కనే సోఫాలో భయం, భయంగా చూస్తోంది పద్మ అమ్మ. సినిమాలో హర్రర్ సీన్ మంచి రసవత్తరంగా ఉండగా, కాలింగ్ బెల్ మ్రోగింది. ఈ రాత్రిలో ఎవరొస్తారా అని అమ్మాకూతుళ్లిద్దరూ తలుపు గడియ తీయకుండా కిటికీలోంచి చూసారు. ఒక గుండుతో ఉన్న మనిషి భయంకరంగా కనబడ్డాడు. అంతే! తల్లీకూతుళ్లిద్దరూ స్పృహ తప్పి పడిపోయారు.

తెల్లారింది. కళ్లు తెరచి చూసేటప్పటికి ఎదురుగా అదే గుండు మనిషి.

"మీరేంటండీ? ఆ గుండేమిటి?" అని అడిగింది పద్మ.

"పద్దూ! చెన్నై ఆఫీసులో త్వరగానే పని అయిపోయింది. తిరుపతి దగ్గరే కదా, వెళ్దాద్దామని స్టాఫ్ అందరూ అంటే తిరుపతి వెళ్లి వచ్చాను. నీకున్న ఆ జబ్బు కూడా పోవాలని మొక్కు ఇచ్చి వచ్చాను" అన్నాడు చంటి.

ఆ రోజు నుంచీ గుండుతో మొగుడ్ని చూసిన కళ్లతో ఇక హర్రర్ సినిమాలు చూడడం మానేసింది పద్మ.

కొత్తపల్లి రవికుమార్

నేను పెళ్ళి చేసుకోను

స్త్రీ అధికారత మహా సభలు చాలా వైభవంగా జరుగుతున్నాయి. ఆ సభకు హాజరైన ఎంతోమంది ఉన్నతమైన మహిళామణులు పురుషుల పట్ల, వారి అహంకారం పట్ల తమ తమ ఆవేదనను వెలిబుచ్చారు. ఇప్పుడు ఈ సభలకు కొత్తగా హాజరైన ప్రముఖ సంఘ సంస్కర్తరాలైన కుమారి జ్ఞానేశ్వరి వంతు వచ్చింది. మైకు పట్టుకుని ఆవేశంగా తనదైన శైలిలో ప్రసంగాన్ని ప్రారంభించింది.

"నానాటికీ ఈ పురుష ఆధిక్యత ముందు మన ఆడవాళ్ల జాతి అణగారిపోతోంది. ఈ మగాళ్లనే మృగాళ్ల చేతుల్లో లేళ్ల లాంటి మన లేడీలు బలైపోతున్నారు. ఈ పురుషాధిక్యాన్ని తగ్గించి స్త్రీ అధికారత సమాజాన్ని రూపొందించాలి. దీనికోసం నా వంతుగా ఈ సభా ముఖంగా ఒక నిర్ణయాన్ని తీసుకుంటున్నాను. అదేమిటంటే నేను ఆజన్మ బ్రహ్మచారిణిగా ఉంటాను. నా గొంతులో ప్రాణం ఉన్నంతవరకు నేను పెళ్ళి చేసుకోను. నేనే కాదు నా కడుపున పుట్టిన ఆడ పిల్లలకు కూడా పెళ్లిళ్లు చేయను" అని నాలుక్కరుచుకుంది మన జ్ఞానేశ్వరి.

ఆడాళ్ళంతే!

అచ్చిబాబు, నీలాంబరి ఇద్దరిదీ చూడముచ్చటైన జంట. ఈ మధ్యనే ఒక ఆర్నెల్ల క్రితం పెళ్లయ్యింది. పెళ్లికి ముందు గాఢంగా ప్రేమించుకుని, ఇరువైపులా పెద్దల్ని ఒప్పించి మరీ పెళ్లి చేసుకున్నారు. ఇద్దరూ ఇంజినీరింగ్ చదివేటప్పుడు ప్రేమించుకున్నారు. లైఫ్ లో స్థిరపడిన తర్వాత పెళ్లి చేసుకోవాలని నిశ్చయించుకుని కొంచెం లేటుగా పెళ్లి చేసుకున్నారు. లేటుగా అంటే మరీ ఎక్కువ కాదనుకోండి, మన అచ్చిబాబుకి 31, నీలాంబరికి 29 ఏళ్లంతే.

నాలుగు రోజుల క్రితం ఇద్దరూ బండి మీద వెళ్తుంటే వెనుకనుండి లారీ గుద్దింది. వెనకున ఉన్న నీలాంబరి తలకు చాలా పెద్ద గాయం అయ్యింది. వెంటనే కోమాలోకి వెళ్లిపోయింది. అచ్చిబాబు మాత్రం చిన్న దెబ్బలతో బయట పడ్డాడు. నీలాంబరిని హాస్పిటల్ లో జాయిన్ చేసారు.

"ఇప్పుడు నా భార్యకు ఎలా ఉంది డాక్టర్?" అని కంగారుగా అడిగాడు అచ్చిబాబు, అప్పుడే వచ్చిన డాక్టర్ పరాంకుశాన్ని.

" మిస్టర్ అచ్చిబాబు! మీ భార్య తలకు పెద్ద దెబ్బ తగలడం వల్ల, ఆమె పూర్తిగా స్పృహను కోల్పోయారు. ఆవిడ బతకడం కష్టమే" అని చెప్పాడు డాక్టర్ పరాంకుశం.

"డాక్టర్ గారూ! ఎంత ఖర్చైనా ఫర్వాలేదు. నా భార్యను కాపాడండి సార్! నా భార్య లేకుండా నేనుండలేను.ముప్పై ఏళ్లకే తన జీవితం ముగిసిపోతోందంటే చాలా బాధగా ఉంది" అని వేడుకున్నాడు అచ్చిబాబు.

విచిత్రంగా నీలాంబరి మెలుకువ లోకి వచ్చింది. పక్కనే ఉన్న అచ్చిబాబు చెయ్యి పట్టుకుని "నా వయసు 29ఏళ్లేనండి" అని మళ్లీ కోమాలోకి వెళ్లిపోయింది.

ధైర్యం నూరిపోసింది

రోడ్ యాక్సిడెంట్ లో తీవ్రంగా గాయపడిన తన ఫ్రెండ్ రామాన్ని గబగబా దగ్గరలో ఉన్న హాస్పిటల్ కు తీసుకువచ్చాడు సత్యం. ఫార్మాలిటీస్ అన్నీ పూర్తయ్యాక రామాన్ని ఆపరేషన్ థియేటర్ లోకి తీసుకెళ్లారు. ఆపరేషన్ పూర్తవ్వకుండానే నడవలేకపోయినా పాక్కుంటూ ఆపరేషన్ థియేటర్ లోంచి బయటకు వచ్చాడు రామం.

అది చూసి కంగారు పడిన సత్యం "అదేంట్రా రామం, ఆపరేషన్ పూర్తవకుండానే బయటకు వచ్చేసావు?" అని ఆతృతగా అడిగాడు.

"ఒరేయ్ సత్యం! థియేటర్ లోకి వెళ్ళినప్పటినుండి నర్స్, ఏం ఫర్వాలేదు చిన్న ఆపరేషనే, కంగారు పడకండని కొన్ని వందల సార్లు చెప్పిందిరా!" అని ఆదుర్దాగా చెప్పాడు రామం.

"మంచిదే కదరా! నీకు ఆపరేషన్ అంటే భయమనుకుని నీకు ధైర్యం చెబుతోంది. దానికి నువ్విలా ఆపరేషన్ చేయించుకోకుండా రావడమేమిటి?" అని అడిగాడు సత్యం.

"ఆవిడ ధైర్యం నూరిపోసేది నాకు కాదురా బాబూ, డాక్టర్ గారికి" అని అసలు విషయం చెప్పాడు రామం.

కొత్తపల్లి రవికుమార్

అసలు పెద్ద ఎవరు?

"ఈ సీట్ లో నేను క్రింద నుండే కర్చీఫ్ వేసాను. ఈ సీటు నాదే!" అని అంది ఆండాళ్ళమ్మ.

"నీ కన్నా ముందే నేను నా హ్యాండ్ బ్యాగ్ వేసాను. ఈ సీటు నాదే!" అని గట్టిగా చెప్పింది మంగ తాయారు.

"అదేం కాదు! ముందే నేనే వేసాను. ఈ సీటు నాదే!" అని సీటు గుద్ది మరీ చెప్పింది ఆండాళ్ళమ్మ.

"ముందు నువ్వు కర్చీఫ్ వేస్తే నా బ్యాగ్ మీద కర్చీఫ్ ఎలా వస్తుంది?" అని లాజిక్ లాగింది మంగతాయారు.

"ముందు నేను కర్చీఫ్ వేసాను. తర్వాత నువ్వు హ్యాండ్ బ్యాగ్ వేసావు. ఆ బ్యాగ్ గాలికి నా కర్చీఫ్ ఎగిరి నీ బ్యాగ్ మీద పడుంటుంది" అని మ్యాజిక్ లాంటి లాజిక్ చెప్పింది ఆండాళ్ళమ్మ.

"అబ్బబ్బబ్బ! ఏం చెప్తోందమ్మా నంగనాచి? భలే మ్యాజిక్కులు చేసేదానలా కనపడుతున్నానా?" అని ఆండాళ్ళమ్మ మీదకు వచ్చింది మంగతాయారు.

అప్పటివరకూ మాటలతో సాగుతున్న వారి యుద్ధం కొట్లాటకు దారి తీసింది. ఇదంతా బస్సులో ఉన్న జనాలతో పాటు తీక్షణంగా వీక్షిస్తున్న కండెక్టర్ కి చిర్రెత్తుకొచ్చింది.

పరుగు పరుగున వారిద్దరి వద్దకు వచ్చి "ఇందులో కొట్టుకోవడం ఎందుకమ్మా? మీ వయసులో ఎవరు పెద్దవాళ్లైతే వాళ్లు కూర్చోండమ్మా" అని అన్నాడు, కండక్టర్.

హాస్యవల్లరి

ఇక అక్కడినుండి ఆ సీట్ లో ఎవరూ కూర్చోకుండా, వాళ్ల నోళ్లకి తాళం వేసి ఇద్దరూ మౌనంగా నిలబడి, వాళ్ల స్టాప్ వచ్చిన తర్వాత దిగి వెళ్ళిపోయారు.

★★★★★ సమాప్తం ★★★★★

KASTURI VIJAYAM

📞 00-91 95150 54998
KASTURIVIJAYAM@GMAIL.COM

SUPPORTS

- PUBLISH YOUR BOOK AS YOUR OWN PUBLISHER.

- PAPERBACK & E-BOOK SELF-PUBLISHING

- SUPPORT PRINT ON-DEMAND.

- YOUR PRINTED BOOKS AVAILABLE AROUND THE WORLD.

- EASY TO MANAGE YOUR BOOK'S LOGISTICS AND TRACK YOUR REPORTING.

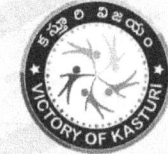